# BẾP HOKKAIDO HIỆN ĐẠI

100 Công Thức Nấu Ăn Từ Hòn Đảo Cực Bắc Nhật Bản

Tiên Giáng

Tài liệu bản quyền ©2024

Đã đăng ký Bản quyền

Không phần nào của cuốn sách này được phép sử dụng hoặc truyền đi dưới bất kỳ hình thức nào hoặc bằng bất kỳ phương tiện nào mà không có sự đồng ý bằng văn bản thích hợp của nhà xuất bản và chủ sở hữu bản quyền, ngoại trừ những trích dẫn ngắn gọn được sử dụng trong bài đánh giá. Cuốn sách này không nên được coi là sự thay thế cho lời khuyên về y tế, pháp lý hoặc chuyên môn khác.

# MỤC LỤC

MỤC LỤC..................................................................3
GIỚI THIỆU...............................................................7
BỮA SÁNG.................................................................9
1. BÁNH MÌ SỮA HOKKAIDO VỚI MỨT........................10
2. TRỨNG XÀO CUA KIỂU HOKKAIDO.........................12
3. BÁNH XÈO ĐẬU ĐỎ HOKKAIDO..............................14
4. BÁT ĂN SÁNG KIỂU HOKKAIDO.............................16
5. BỘT YẾN MẠCH KIỂU HOKKAIDO VỚI BƠ MISO........18
6. BÁNH MÌ NƯỚNG KIỂU PHÁP SỐT ĐẬU ĐỎ KIỂU HOKKAIDO......20
7. MATCHA LATTE KIỂU HOKKAIDO............................22
NGƯỜI BẮT ĐẦU......................................................24
8. SUSHI INARI KIỂU HOKKAIDO................................25
9. GYOZA RAU CỦ...................................................27
10. ONIGIRI (CƠM NẮM) VỚI NORI............................29
11. ĐẬU HŨ AGEDASHI KIỂU HOKKAIDO....................31
12. BÁNH QUY MÌ BẠC HÀ........................................33
13. ĐẬU EDAMAME VỚI MUỐI BIỂN..........................35
14. NHẪN RAMEN CHIÊN.........................................37
15. SỐT TRẮNG CAY NHẬT BẢN...............................39
16. CÁ HỒI VÀ DƯA CHUỘT NHẬT BẢN....................41
17. BÁT KETO-OKRA NHẬT BẢN..............................43
18. BÁNH SANDWICH MÙA HÈ NHẬT BẢN...............45
19. BẮP RANG RONG BIỂN NORI............................47
20. NẤM ƯỚP ĐẬU NÀNH......................................49
21. ỚT SHISHITO GIÒN..........................................51
22. THỊT XIÊN YAKITORI KIỂU HOKKAIDO................53
23. OKONOMIYAKI (BÁNH XÈO NHẬT BẢN).............55
MÓN CHÍNH.........................................................57
24. LẨU HẢI SẢN HOKKAIDO (ISHIKARI NABE).........58
25. THỊT CỪU THÀNH CÁT TƯ HÃN KIỂU HOKKAIDO........61
26. HOKKAIDO STYLE BUTA DON (CƠM THỊT LỢN)......63
27. HOKKAIDO KANI MISO GRATIN (CUA MISO GRATIN)......65
28. RAMEN VỚI RAU MISO ĐỎ NƯỚNG....................67

29. MÌ XÀO TERIYAKI NHẬT BẢN...................................................71
30. RAMEN NGỌT VỚI ĐẬU PHỤ..................................................73
31. RAMEN SHOYU............................................................................75
32. MÌ MISO.........................................................................................77
33. MÌ RAMEN....................................................................................79
34. RAMEN ĂN LIỀN.........................................................................81
35. MÌ KIM CHI..................................................................................83
36. RAMEN NÓNG HỔI....................................................................85
37. BỮA TỐI RAMEN.......................................................................87
38. RAMEN XÀO CAY NGỌT.........................................................89
39. RAMEN DỪA ỚT.........................................................................92
40. RAMEN ĐẬU XANH XÀO........................................................94
41. RAMEN SEOUL............................................................................96
42. RAU XÀO VÀ MÌ RAMEN.......................................................98
43. RAU CỦ NƯỚNG VỚI RAMEN..............................................100
44. RAMEN CHANH ỚT CHUÔNG ĐỎ....................................102
SÚP...................................................................................................104
45. KENCHINJIRU (SÚP RAU KIỂU NHẬT).............................105
46. SÚP KHOAI MỠ VÀ CẢI XOĂN NHẬT BẢN...................109
47. SÚP MÌ NORI.............................................................................112
48. SÚP RAMEN NẤM...................................................................114
49. SÚP MISO ĐẬU PHỤ VÀ BẮP CẢI.....................................116
50. SÚP MISO ĐẬU PHỤ VÀ RONG BIỂN...............................118
51. BÚN RAU BÓ XÔI VÀ HÀNH LÁ.......................................120
52. MỲ UDON RAU TEMPURA..................................................122
53. SÚP RAMEN VỚI BẮP VÀ BOK CHOY............................124
54. SÚP SỮA ĐẬU NÀNH VÀ BÍ NGÔ....................................126
55. SÚP SUKIYAKI HOKKAIDO..................................................128
56. BÚN SOMEN.............................................................................130
57. BÚN CÀ RI.................................................................................132
58. SÚP RAMEN VỚI NẤM..........................................................134
NƯỚC DÙNG................................................................................136
59. NƯỚC DÙNG DASHI..............................................................137
60. NƯỚC LUỘC RAU VỊ UMAMI............................................139
61. SÚP HÀNH TÂY TRONG HOKKAIDO..............................142
62. CƠ SỞ SÚP MISO....................................................................144

- 63. NƯỚC DÙNG LÀM TỪ NƯỚC TƯƠNG...........146
- 64. NƯỚC DÙNG RAMEN RAU CỦ...........148
- 65. NƯỚC DÙNG NẤM SHIITAKE...........150
- 66. ESAME MISO BROTH...........152
- 67. NƯỚC LUỘC ĐẬU HỦ KIM CHI CAY...........154
- 68. NƯỚC DÙNG KOTTERI CHAY...........156
- 69. NƯỚC DÙNG MÌ UDON...........159
- 70. NƯỚC DÙNG TRÀ XANH HOKKAIDO...........161
- 71. NƯỚC LUỘC NẤM MISO RAU CỦ...........163
- 72. NƯỚC LUỘC SẢ GỪNG...........165
- 73. NƯỚC DÙNG NẤM HƯƠNG HẠT DẺ...........167
- 74. NƯỚC LUỘC KHOAI LANG VÀ DỪA...........169
- 75. SAKE VÀ NƯỚC LUỘC NẤM KHÔ...........171
- 76. NƯỚC DÙNG WASABI VÀ NORI...........173
- 77. SÚP NẤM TRONG...........175
- SALAD...........177
- 78. SALAD RONG BIỂN MÈ...........178
- 79. SALAD RAMEN TÁO...........180
- 80. SALAD MÌ SAMBAL...........182
- 81. HOKKAIDO SERRANO...........184
- 82. SALAD RAMEN QUAN THOẠI...........186
- 83. RAMEN VỚI BẮP CẢI VÀ HẠT HƯỚNG DƯƠNG...........188
- 84. SALAD KEM HẠT VÀ MỲ...........190
- 85. SALAD GỪNG MÈ LẤY CẢM HỨNG TỪ NHẬT BẢN...........192
- 86. SALAD RAU CỦ NƯỚNG TRÁNG MEN MISO...........194
- 87. GỎI ĐẬU XANH VÀ BƠ...........196
- 88. BÁT SUSHI ĐẬU HỦ CHIÊN GIÒN...........198
- MÓN TRÁNG MIỆNG...........201
- 89. SHOCHU CHANH NHẬT BẢN...........202
- 90. BÁNH MOCHI...........204
- 91. XIÊN TRÁI CÂY NHẬT BẢN...........206
- 92. SALSA TRÁI CÂY THẠCH...........208
- 93. KINAKO DANGO...........210
- 94. DORAYAKI HOKKAIDO...........212
- 95. KEM MATCHA...........214
- 96. HOKKAIDO ZENZAI...........216

97. THẠCH CÀ PHÊ NHẬT BẢN..................................218
98. MATCHA TIRAMISU......................................220
99. MOCHI KINAKO WARABI..................................222
100. KEM YUZU HOKKAIDO...................................224
PHẦN KẾT LUẬN...........................................226

## GIỚI THIỆU

Chào mừng bạn đến với "Nhà bếp Hokkaido hiện đại", một cuộc phiêu lưu ẩm thực qua hòn đảo cực bắc của Nhật Bản! Hokkaido, nổi tiếng với phong cảnh ngoạn mục và di sản ẩm thực phong phú, là một kho tàng hương vị đang chờ bạn khám phá. Trong cuốn sách nấu ăn này, chúng tôi mời bạn khám phá 100 công thức nấu ăn hiện đại và sáng tạo lấy cảm hứng từ văn hóa ẩm thực sôi động của Hokkaido.

Từ hải sản tươi sống được đánh bắt trong vùng nước băng giá đến các loại rau miền núi thịnh soạn và các sản phẩm từ sữa từ đồng cỏ tươi tốt, cảnh quan đa dạng của Hokkaido cung cấp nhiều nguyên liệu tạo nên nền tảng cho bản sắc ẩm thực của vùng này. Trong "Nhà bếp hiện đại Hokkaido", chúng tôi tôn vinh tấm thảm hương vị phong phú này, mang đến sự biến tấu hiện đại cho các món ăn truyền thống và những sáng tạo sáng tạo thể hiện những gì ngon nhất của ẩm thực Hokkaido.

Cho dù bạn là một đầu bếp dày dặn kinh nghiệm hay một người nấu ăn tại nhà thích phiêu lưu, thì những trang này đều có thứ gì đó dành cho tất cả mọi người. Mỗi công thức đều được chế tạo cẩn thận để nắm bắt được bản chất di sản ẩm thực của Hokkaido đồng thời sử dụng các nguyên liệu và kỹ thuật hiện đại. Từ các món súp và món hầm dễ chịu đến các món hải sản trang nhã và món tráng miệng không thể cưỡng lại, bạn sẽ tìm thấy vô số hương vị và kết cấu để làm hài lòng khẩu vị của mình.

Vì vậy, hãy tham gia cùng chúng tôi khi chúng tôi hành trình qua những khu chợ sôi động, những quán izakaya nhộn nhịp và những căn bếp gia đình ấm cúng ở Hokkaido. Hãy để "Nhà bếp Hokkaido hiện đại" là người hướng dẫn bạn khám phá thế giới ẩm thực Nhật Bản đa dạng và ngon miệng, mỗi lần một công thức.

Hãy sẵn sàng để được truyền cảm hứng, bị trêu chọc và được đưa đến hòn đảo Hokkaido đầy mê hoặc khi chúng ta cùng nhau bắt tay vào cuộc phiêu lưu ẩm thực này. Hãy cùng lặn xuống và khám phá hương vị của thiên đường cực bắc Nhật Bản nhé!

# BỮA SÁNG

# 1. Bánh mì sữa Hokkaido với mứt

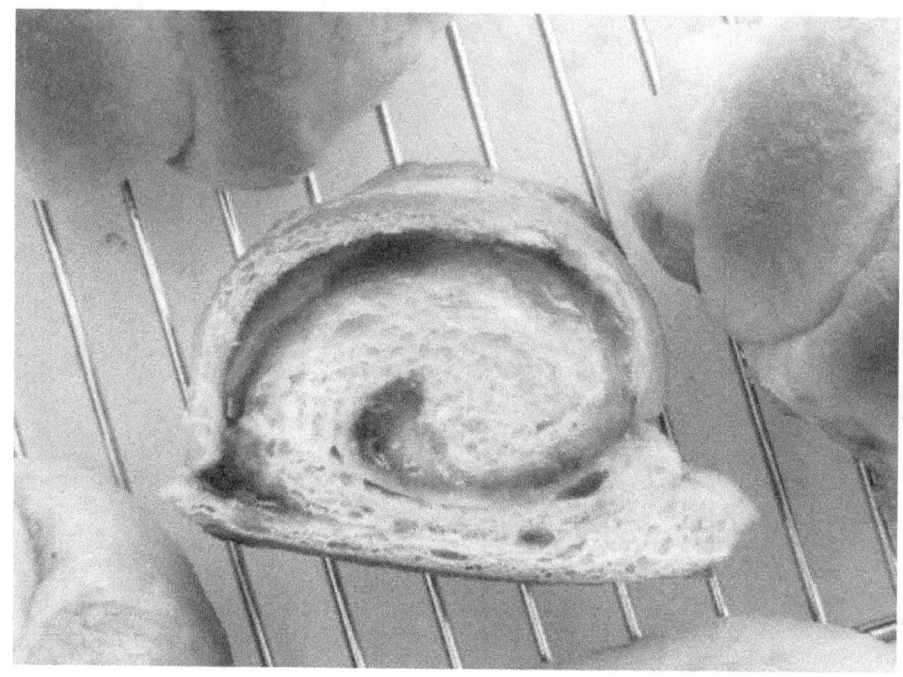

## THÀNH PHẦN:
- 2 chén bột mì
- 1/2 cốc sữa Hokkaido
- 3 thìa đường
- 1 thìa cà phê muối
- 2 muỗng canh bơ không muối, làm mềm
- 2 muỗng cà phê men khô hoạt tính
- Mứt tự làm theo sở thích của bạn

## HƯỚNG DẪN:
a) Trong một bát trộn, trộn bột mì, đường, muối và men.
b) Đun nóng sữa Hokkaido cho đến khi ấm (khoảng 110°F/43°C).
c) Thêm sữa ấm vào nguyên liệu khô và trộn cho đến khi tạo thành bột.
d) Nhào bột trên bề mặt đã rắc bột mì khoảng 10 phút hoặc cho đến khi bột trở nên mịn và đàn hồi.
e) Cho bột vào tô đã phết dầu mỡ, phủ khăn bếp sạch lên và để bột nở ở nơi ấm áp trong khoảng 1 giờ hoặc cho đến khi bột nở gấp đôi.
f) Đấm bột đã nổi lên và chia thành các phần bằng nhau. Nặn từng phần thành một quả bóng nhỏ.
g) Đặt các viên bột vào chảo nướng đã phết dầu mỡ, đậy nắp và để chúng nở thêm 30 phút nữa.
h) Làm nóng lò nướng của bạn ở nhiệt độ 350°F (175°C).
i) Nướng bột đã nổi trong 20-25 phút hoặc cho đến khi có màu vàng nâu.
j) Phục vụ bánh mì sữa Hokkaido ấm với mứt tự làm.

## 2. Trứng Xào Cua Kiểu Hokkaido

## THÀNH PHẦN:
- 4 quả trứng
- 1/4 cốc sữa Hokkaido
- Muối và hạt tiêu cho vừa ăn
- 1 muỗng canh bơ không muối
- 1/2 chén thịt cua nấu chín, vẩy
- Hẹ cắt nhỏ để trang trí

## HƯỚNG DẪN:
a) Trong một cái bát, đánh trứng, sữa Hokkaido, muối và hạt tiêu cho đến khi hòa quyện.
b) Đun nóng bơ trong chảo trên lửa vừa.
c) Đổ hỗn hợp trứng vào chảo và nấu trong vài giây cho đến khi nó bắt đầu đông lại.
d) Nhẹ nhàng khuấy trứng bằng thìa, gấp chúng lại khi nấu.
e) Khi trứng gần chín, cho thịt cua đã nấu chín vào và tiếp tục nấu thêm một phút nữa hoặc cho đến khi trứng chín hoàn toàn và cua được đun nóng.
f) Tắt bếp và rắc hẹ xắt nhỏ lên trên trứng bác.
g) Phục vụ món trứng bác kiểu Hokkaido với cua nóng.

## 3. Bánh xèo đậu đỏ Hokkaido

## THÀNH PHẦN:
- 1 cốc bột mì đa dụng
- 1 muỗng canh đường
- 1 thìa cà phê bột nở
- 1/4 thìa cà phê muối
- 1/2 chén đậu đỏ Hokkaido nấu chín (anko)
- 3/4 cốc sữa Hokkaido
- 1 quả trứng
- Bơ hoặc dầu để nấu ăn
- Xi-rô phong để phục vụ

## HƯỚNG DẪN:
a) Trong một tô trộn, trộn bột mì, đường, bột nở và muối.
b) Trong một tô khác, dùng nĩa nghiền đậu đỏ Hokkaido đã nấu chín cho đến khi mịn.
c) Thêm sữa và trứng vào đậu đỏ nghiền rồi trộn đều.
d) Dần dần thêm các thành phần ướt vào các thành phần khô, khuấy đều cho đến khi vừa kết hợp.
e) Đun nóng chảo hoặc vỉ nướng trên lửa vừa và thoa nhẹ bơ hoặc dầu.
f) Đổ khoảng 1/4 cốc bột vào chảo cho mỗi chiếc bánh.
g) Nấu cho đến khi nổi bong bóng trên bề mặt bánh thì lật mặt và chiên cho đến khi mặt còn lại có màu vàng nâu.
h) Lặp lại với các pin còn lại.
i) Phục vụ bánh đậu đỏ Hokkaido ấm với xi-rô cây phong.

## 4. Bát ăn sáng kiểu Hokkaido

## THÀNH PHẦN:
- 1 chén gạo hạt ngắn nấu chín
- 1/2 chén đậu nành Hokkaido nấu chín (edamame)
- 1/2 chén khoai tây Hokkaido thái hạt lựu, nấu chín
- 1/2 chén cà rốt Hokkaido thái hạt lựu, nấu chín
- 1/4 chén nori (rong biển) cắt nhỏ
- 1 muỗng canh nước tương
- 1 muỗng cà phê dầu mè
- 1 muỗng cà phê hạt mè rang
- Trứng chiên (tùy chọn)

## HƯỚNG DẪN:
a) Trong một bát, trộn cơm đã nấu chín, đậu nành Hokkaido, khoai tây thái hạt lựu và cà rốt thái hạt lựu.
b) Rưới nước tương và dầu mè lên hỗn hợp cơm và rau.
c) Quăng nhẹ nhàng để kết hợp.
d) Chia hỗn hợp vào bát phục vụ.
e) Rắc rong biển vụn và hạt vừng nướng lên trên mỗi bát.
f) Nếu muốn, có thể dùng kèm với trứng chiên bên trên.
g) Thưởng thức bát ăn sáng theo phong cách Hokkaido của bạn.

## 5. Bột yến mạch kiểu Hokkaido với bơ Miso

## THÀNH PHẦN:
- 1 chén yến mạch cán
- 2 cốc nước
- 2 muỗng canh miso dán
- 2 muỗng canh bơ không muối
- 1 thìa mật ong
- Hành lá thái lát để trang trí

## HƯỚNG DẪN:
a) Trong nồi, đun sôi nước. Khuấy yến mạch cán và giảm nhiệt xuống thấp. Đun nhỏ lửa, thỉnh thoảng khuấy trong khoảng 5 - 7 phút hoặc cho đến khi yến mạch chín đến độ đặc mong muốn.
b) Trong một bát nhỏ, trộn tương miso, bơ mềm và mật ong cho đến khi hòa quyện.
c) Khuấy hỗn hợp bơ miso vào yến mạch đã nấu chín cho đến khi hòa quyện hoàn toàn.
d) Hủy bỏ nhiệt và để nó ngồi trong một phút.
e) Ăn nóng bột yến mạch kiểu Hokkaido, trang trí bằng hành lá thái lát.

## 6. Bánh mì nướng kiểu Pháp sốt đậu đỏ kiểu Hokkaido

## THÀNH PHẦN:
- 4 lát bánh mì cắt dày
- 2 quả trứng
- 1/2 cốc sữa Hokkaido
- 1/4 muỗng cà phê chiết xuất vani
- Bơ để chiên
- Bột đậu đỏ ngọt (anko) để phục vụ
- Đường bột để rắc đường

## HƯỚNG DẪN:
a) Trong một đĩa nông, đánh trứng, sữa Hokkaido và chiết xuất vani cho đến khi hòa quyện.
b) Đun nóng chảo hoặc vỉ nướng trên lửa vừa và làm tan chảy một ít bơ.
c) Nhúng từng lát bánh mì vào hỗn hợp trứng, phủ đều cả hai mặt.
d) Đặt các lát bánh mì đã nhúng vào chảo và chiên cho đến khi vàng nâu cả hai mặt, khoảng 2-3 phút mỗi mặt.
e) Lấy bánh mì nướng kiểu Pháp ra khỏi chảo và dùng nóng với đậu đỏ ngọt phết lên trên.
f) Rắc đường bột trước khi dùng.

# 7. Matcha Latte kiểu Hokkaido

## THÀNH PHẦN:
- 1 cốc sữa Hokkaido
- 1 thìa cà phê bột matcha
- 1 muỗng canh mật ong hoặc đường (tùy chọn)

## HƯỚNG DẪN:
a) Trong một chảo nhỏ, đun nóng sữa Hokkaido trên lửa vừa cho đến khi nóng nhưng không sôi.
b) Trong một cái bát, trộn bột matcha với một lượng nhỏ nước nóng để tạo thành hỗn hợp sệt.
c) Đổ sữa Hokkaido nóng vào bột matcha và đánh cho đến khi hòa quyện.
d) Nếu muốn, có thể làm ngọt bằng mật ong hoặc đường cho vừa ăn.
e) Đổ matcha latte kiểu Hokkaido vào cốc và dùng nóng.

# NGƯỜI BẮT ĐẦU

# 8. Sushi Inari kiểu Hokkaido

**THÀNH PHẦN:**
- 1 chén cơm sushi, nấu chín và nêm giấm gạo
- 1 gói inari túi (túi đậu phụ ngọt)
- Hạt mè để trang trí
- Hành xanh thái mỏng

**HƯỚNG DẪN:**

a) Nhẹ nhàng mở túi inari.
b) Đổ đầy mỗi túi một lượng nhỏ cơm sushi đã được tẩm gia vị.
c) Trang trí với hạt vừng và hành lá thái lát.

# 9. Gyoza rau củ

## THÀNH PHẦN:

- 1 chén bắp cải, thái nhỏ
- 1/2 cốc cà rốt, bào sợi
- 1/2 chén nấm shiitake, thái nhỏ
- 2 củ hành xanh, thái nhỏ
- 1 tép tỏi, băm nhỏ
- 1 thìa cà phê gừng, nạo
- 1 muỗng canh nước tương
- Giấy gói Gyoza
- Dầu thực vật để chiên
- Nước chấm (nước tương, giấm gạo và một chút dầu mè)

## HƯỚNG DẪN:

a) Trong một bát, trộn bắp cải, cà rốt, nấm đông cô, hành lá, tỏi, gừng và nước tương.
b) Đặt một thìa hỗn hợp vào giấy gói gyoza, gấp lại và dán kín các cạnh.
c) Chiên gyoza cho đến khi vàng nâu cả hai mặt.
d) Ăn kèm nước chấm.

## 10. Onigiri (Cơm nắm) với Nori

**THÀNH PHẦN:**
- 2 chén cơm sushi đã nấu chín
- Tấm Nori, cắt thành dải
- Muối, để nếm
- Nhân (mận ngâm, bơ hoặc rau xào)

**HƯỚNG DẪN:**
a) Làm ướt tay và rắc muối lên chúng.
b) Lấy một nắm cơm sushi đã nấu chín và vo thành hình tam giác hoặc quả bóng.
c) Đặt một lượng nhỏ nhân vào giữa.
d) Bọc bằng dải nori.
e) Lặp lại để làm thêm onigiri.

## 11. Đậu hũ Agedashi kiểu Hokkaido

## THÀNH PHẦN:
- 1 khối đậu phụ cứng, cắt thành khối
- 1/2 chén bột bắp
- Dầu thực vật để chiên
- 1 cốc dashi
- 2 muỗng canh nước tương
- 1 muỗng canh mirin
- 1 muỗng canh củ cải daikon bào (tùy chọn)
- Hành lá cắt nhỏ để trang trí

## HƯỚNG DẪN:
a) Phủ các khối đậu phụ trong bột ngô và chiên ngập dầu cho đến khi có màu vàng nâu.
b) Trong một chảo riêng, trộn dashi, nước tương và mirin. Đun sôi.
c) Xếp đậu hủ chiên ra đĩa, rưới nước sốt lên trên.
d) Trang trí với daikon bào và hành lá xắt nhỏ.

## 12. Bánh quy mì bạc hà

## 4 THÀNH PHẦN:

- 4 (3 oz.) gói mì ramen, chưa nấu chín
- 1 (16 oz.) túi sôcôla đen
- 12-14 giọt chiết xuất bạc hà
- 1-2 giọt chiết xuất bạc hà
- 1-2 giọt chiết xuất lộc đề xanh
- 24 que kẹo mút

## HƯỚNG DẪN:

a) Bẻ mì thành từng miếng và cho vào tô trộn. Đặt nồi trên lửa nhỏ. Khuấy sô cô la chip vào đó.

b) Khuấy chiết xuất bạc hà. Nấu chúng trong 1 phút. Đổ hỗn hợp lên khắp mì và trộn đều.

c) thìa lớn để múc hỗn hợp có hình bánh quy lên khay nướng đã xếp sẵn. đặt chảo vào tủ lạnh ít nhất 1 giờ. Phục vụ bánh quy của bạn với lớp phủ yêu thích của bạn.

d) Thưởng thức.

## 13. Đậu Edamame Với Muối Biển

**THÀNH PHẦN:**
- 2 cốc edamame (tươi hoặc đông lạnh)
- Muối biển, vừa ăn

**HƯỚNG DẪN:**

a) Nếu sử dụng đậu edamame đông lạnh, hãy đun sôi chúng trong nước muối trong 3-5 phút hoặc cho đến khi mềm.

b) Xả và rắc muối biển.

c) Thưởng thức khi còn nóng hoặc ở nhiệt độ phòng.

## 14. Nhẫn Ramen chiên

## THÀNH PHẦN:

- Bột chiên, dự trữ 2 cốc
- 1 chén bột tự nổi
- 1 thìa cà phê muối
- 1/4 thìa cà phê tiêu
- 2 quả trứng, đánh bông
- 1 cốc bia
- Hành
- 2 (3 oz.) gói mì ramen, gói dầu dành riêng, để chiên
- 1 củ hành Vidalia lớn, cắt khoanh

## HƯỚNG DẪN:

a) Lấy một tô trộn lớn: Cho bột mì, trứng, bia, một chút muối và tiêu vào tô trộn.

b) Dùng máy xay thực phẩm: Cắt đôi chiếc mì ramen và cho vào máy xay cho đến khi nhuyễn. Thêm nó vào bột mì và trộn đều. Nghiền mịn các phần mì ramen còn lại và đặt vào một cái đĩa nông. Thêm vào đó gói gia vị và trộn đều.

c) Đặt một cái chảo lớn trên lửa vừa. Đổ đầy dầu vào 3/4 inch và đun nóng.

d) Phủ các vòng hành tây bằng bột mì rồi nhúng chúng vào hỗn hợp mì đã nghiền nát. Đặt chúng vào dầu nóng và nấu cho đến khi chúng có màu vàng nâu.

e) Phục vụ các khoanh hành tây với nước chấm yêu thích của bạn.

f) Thưởng thức.

15. Sốt Trắng Cay Nhật Bản

## THÀNH PHẦN:
- 2 ¼ cốc sốt mayonnaise Nhật Bản
- 1 ¼ thìa cà phê bột tỏi
- 1 cái ly. Sốt cà chua
- 1 muỗng canh ớt bột
- 3 ¼ muỗng canh đường
- 2 thìa cà phê bột hành
- 1 ¼ thìa cà phê ớt cayenne
- 1 thìa cà phê muối biển
- 1 ½ thìa cà phê sốt sriracha
- 1 cái ly. Nước

## HƯỚNG DẪN:
a) Trong một tô lớn sạch, đổ tất cả nguyên liệu vào
b) Khuấy và đánh đều cho đến khi không còn vón cục
c) Để nó trong tủ lạnh cho đến khi bạn sẵn sàng sử dụng
d) Ăn kèm với cơm, mì ống hoặc nước sốt salad rau

16. Cá hồi và dưa chuột Nhật Bản

## THÀNH PHẦN:

- 1 quả dưa chuột. Mạnh dạn cắt lát
- $\frac{1}{2}$ pound phi lê cá hồi
- $1\frac{1}{4}$ thìa cà phê nước tương
- 2 muỗng canh hành lá. Băm nhuyễn
- 1 thìa cà phê mirin
- 1 Ichimi togarashi (ớt Nhật)
- 1 muỗng cà phê dầu mè
- $\frac{1}{2}$ thìa cà phê hạt vừng đen

## HƯỚNG DẪN:

a) Trong một bát trộn nhỏ, trộn cá hồi, nước tương, hành lá, dầu mè và mirin.

b) Đặt các lát dưa chuột lên đĩa, múc một muỗng cá hồi lên trên, rưới phần hành lá và hạt vừng còn lại lên trên.

17. Bát Keto-Okra Nhật Bản

## THÀNH PHẦN:
- 2 ngón tay đậu bắp
- 2 muỗng canh nước tương
- 2 muỗng canh cá ngừ bào
- 2 muỗng canh trái cây nhà sư
- 2 muỗng canh nước
- 2 muỗng canh rượu sake
- 2 muỗng cà phê hạt vừng, nướng
- 2 muỗng canh cá ngừ bào

## HƯỚNG DẪN:
a) Đun sôi 2 cốc nước trên bếp
b) Trong một nồi nấu khác, cho nước tương, cá ngừ bào, 2 thìa cà phê nước, rượu sake, đảo đều và xào trong 1 phút.
c) Đun nước sôi trở lại và cho đậu bắp vào, nấu trong 3 phút hoặc cho đến khi mềm
d) Xả và cắt thành lát đậm
e) Đặt đậu bắp thái lát vào tô và rưới nước sốt lên trên
f) Trang trí với hạt vừng và cá ngừ bào

## 18. Bánh Sandwich Mùa Hè Nhật Bản

**THÀNH PHẦN:**
- Bánh mì lát, sáu
- Dâu tây, một cốc
- Kem tươi, một cốc

**HƯỚNG DẪN:**

a) Đầu tiên bạn nên chuẩn bị bánh mì.

b) Đánh nửa cốc kem tươi vào tô cho đến khi cứng và phết đều lên bánh mì.

c) Tiếp theo, rửa sạch, cắt bỏ cuống và cắt đôi quả dâu tây ở giữa.

d) Bánh sandwich của bạn đã sẵn sàng để được phục vụ.

## 19. Bắp rang rong biển Nori

**THÀNH PHẦN:**
- Hạt vừng đen, một thìa canh
- Đường nâu, một muỗng canh
- Muối, nửa thìa cà phê
- Dầu dừa, nửa thìa cà phê
- Hạt bỏng ngô, nửa cốc
- Bơ, hai muỗng canh
- Mảnh rong biển Nori, một muỗng canh

**HƯỚNG DẪN:**
a) Dùng chày và cối xay nhuyễn rong biển nori, hạt vừng, đường và muối thành bột mịn.
b) Đun chảy dầu dừa trong một cái chảo lớn, có đáy nặng.
c) Thêm hạt bỏng ngô, đậy nắp và nấu trên lửa vừa cho đến khi chúng nổ tung.
d) Ngay lập tức cho phần ngô còn lại sau khi ngô đã bung ra, đậy nắp lại và nấu, thỉnh thoảng lắc chảo cho đến khi ngô nổ hết.
e) Chuyển bắp rang vào tô lớn và đổ bơ tan chảy lên trên nếu dùng.
f) Rắc hỗn hợp nori ngọt và mặn lên trên rồi dùng tay trộn đều cho đến khi phủ đều từng miếng.
g) Top với hạt vừng còn lại.

20. Nấm ướp đậu nành

## THÀNH PHẦN:
- 4 gói nấm kim châm hoặc loại nấm bạn thích
- 2 muỗng canh nước tương
- 3 thìa dầu hướng dương
- 3 thìa dấm gạo
- 3 thìa canh mitsuba. Cắt nhỏ
- 2 quả ớt đỏ.
- Muối kosher
- 2 muỗng canh lá tía tô xanh. Thái nhỏ

## HƯỚNG DẪN:
a) Để lửa nhỏ, đổ dầu vào chảo và đun nóng
b) Cho nấm vào dầu nóng và xào cho đến khi nấm ngấm hết dầu.
c) Tắt lửa và khuấy đều nước tương, giấm, tía tô, mitsuba, muối và tiêu.
d) Phục vụ hoặc làm lạnh khi nguội.

## 21. Ớt Shishito giòn

## THÀNH PHẦN:
- 1 chén ớt shishito
- 2 muỗng canh dầu thực vật
- Muối biển, vừa ăn
- Nêm chanh để phục vụ

## HƯỚNG DẪN:
a) Đun nóng dầu thực vật trong chảo trên lửa vừa cao.
b) Thêm ớt shishito và xào cho đến khi chúng phồng rộp và trở nên giòn.
c) Rắc muối biển và dùng kèm với chanh.

## 22. Thịt xiên Yakitori kiểu Hokkaido

**THÀNH PHẦN:**
- 1 chén đậu phụ cứng, cắt thành khối
- 1 chén nấm (nấm đông cô hoặc nút), nguyên hoặc cắt đôi
- 1 cốc cà chua bi
- 1/2 chén nước tương
- 1/4 cốc mirin
- 2 thìa đường
- Que gỗ ngâm nước

**HƯỚNG DẪN:**
a) Xiên đậu phụ, nấm và cà chua bi vào xiên.
b) Trong chảo, trộn nước tương, mirin và đường. Đun nhỏ lửa cho đến khi hơi đặc lại.
c) Nướng hoặc nướng xiên, phết nước sốt cho đến khi có màu caramen.

23. Okonomiyaki (bánh xèo Nhật Bản)

**THÀNH PHẦN:**
- 1 chén bắp cải thái nhỏ
- 1/4 cốc cà rốt bào sợi
- 2 muỗng canh hành lá xắt nhỏ
- 1/2 chén bột mì đa dụng
- 1/2 cốc nước
- 1 muỗng canh nước tương
- 1 muỗng canh dầu thực vật
- Mayonnaise và sốt okonomiyaki để phủ lên trên

**HƯỚNG DẪN:**

a) Trong một bát, trộn bắp cải, cà rốt, hành lá, bột mì, nước và nước tương.

b) Đun nóng dầu thực vật trong chảo rồi phết bột thành hình bánh kếp.

c) Nấu cho đến khi cả hai mặt đều có màu vàng nâu.

d) Rưới sốt mayonnaise và sốt okonomiyaki lên trên trước khi dùng.

# MÓN CHÍNH

## 24. Lẩu hải sản Hokkaido (Ishikari Nabe)

## THÀNH PHẦN:

- 4 chén dashi (nước súp kiểu Nhật)
- 1/4 cốc tương miso
- 1/2 cốc rượu sake
- 2 muỗng canh nước tương
- 1 muỗng canh mirin
- 1/2 pound phi lê cá hồi, cắt thành khối
- 1/2 pound sò điệp
- 1/2 pound tôm, bóc vỏ và bỏ chỉ
- Đậu phụ 1/2 pound, cắt thành khối
- 1 chén nấm Hokkaido thái lát (chẳng hạn như nấm hương hoặc nấm kim châm)
- 1 chén bắp cải Napa, thái lát
- 1/2 chén hành lá Hokkaido thái lát
- Cơm hạt ngắn Hokkaido nấu để phục vụ

## HƯỚNG DẪN:

a) Trong nồi, đun sôi dashi trên lửa vừa.
b) Trong một bát nhỏ, pha loãng tương miso với một chút nước nóng từ nồi cho đến khi mịn.
c) Khuấy rượu sake, nước tương và mirin vào tương miso cho đến khi hòa quyện.
d) Thêm hỗn hợp miso vào dashi đang sôi và khuấy đều.
e) Cho cá hồi, sò điệp, tôm, đậu phụ, nấm và bắp cải Napa vào nồi.
f) Đun nhỏ lửa trong khoảng 10-15 phút hoặc cho đến khi hải sản chín và rau mềm.

g) Phục vụ món Lẩu hải sản Hokkaido nóng với hành lá thái lát rắc lên trên và cơm hạt ngắn nấu chín bên cạnh.

## 25. Thịt cừu Thành Cát Tư Hãn kiểu Hokkaido

## THÀNH PHẦN:

- 1 pound thịt vai cừu, thái lát mỏng
- 1 củ hành tây, thái lát
- 2 tép tỏi, băm nhỏ
- 1 muỗng canh nước tương
- 1 muỗng canh rượu sake
- 1 muỗng canh mirin
- 1 muỗng canh đường
- Muối và hạt tiêu cho vừa ăn
- Bơ Hokkaido để nướng
- Hành lá Hokkaido để trang trí

## HƯỚNG DẪN:

a) Trong một bát, trộn thịt vai cừu thái lát, hành tây thái lát, tỏi băm, nước tương, rượu sake, mirin, đường, muối và tiêu. Ướp ít nhất 30 phút.
b) Làm nóng vỉ nướng hoặc chảo nướng trên lửa vừa cao.
c) Xiên các lát thịt cừu đã ướp vào xiên.
d) Nướng xiên trong 2-3 phút mỗi bên hoặc cho đến khi chín tới độ chín mong muốn.
e) Trong khi nướng, phết bơ Hokkaido lên xiên để tăng thêm hương vị.
f) Trang trí với hành lá thái lát trước khi dùng.

## 26. Hokkaido Style Buta Don (Cơm thịt lợn)

## THÀNH PHẦN:
- 1 chén gạo hạt ngắn Hokkaido đã nấu chín
- 1/2 pound thịt thăn lợn, thái lát mỏng
- 2 muỗng canh nước tương
- 2 thìa mirin
- 1 muỗng canh rượu sake
- 1 muỗng canh đường
- 1/2 củ hành tây, thái lát mỏng
- 2 quả trứng
- Hành lá Hokkaido để trang trí

## HƯỚNG DẪN:
a) Trong một cái bát, trộn nước tương, mirin, rượu sake và đường. Thêm lát thịt lợn và ướp trong ít nhất 15 phút.
b) Đun nóng chảo trên lửa vừa. Thêm các lát thịt lợn đã ướp vào và nấu cho đến khi chín vàng.
c) Lấy thịt lợn ra khỏi chảo và đặt sang một bên. Trong cùng một chảo, thêm hành tây thái lát và nấu cho đến khi mềm.
d) Trong một bát riêng, đánh trứng.
e) Đổ trứng đã đánh vào chảo và nấu cho đến khi chín.
f) Để lắp ráp, đặt cơm đã nấu chín vào một cái bát. Phủ các lát thịt lợn nấu chín, hành tây và trứng bác lên trên.
g) Trang trí với hành lá thái lát trước khi dùng.

27. Hokkaido Kani Miso Gratin (Cua Miso Gratin)

## THÀNH PHẦN:
- 1/2 pound thịt cua tuyết Hokkaido nấu chín
- 2 muỗng canh miso dán
- 2 muỗng canh sốt mayonaise
- 1/4 cốc sữa Hokkaido
- 1/4 chén phô mai Hokkaido cắt nhỏ (chẳng hạn như Cheddar hoặc Gouda)
- 1/4 cốc vụn bánh mì panko
- Bơ Hokkaido để bôi trơn
- Hành lá Hokkaido để trang trí

## HƯỚNG DẪN:
a) Làm nóng lò nướng của bạn ở nhiệt độ 400°F (200°C).
b) Trong một cái bát, trộn tương miso, sốt mayonnaise và sữa Hokkaido cho đến khi mịn.
c) Thêm thịt cua tuyết đã nấu chín vào hỗn hợp miso và khuấy đều.
d) Mỡ từng đĩa gratin bằng bơ Hokkaido.
e) Chia đều hỗn hợp miso cua vào các đĩa gratin.
f) Phủ phô mai cắt nhỏ và vụn bánh mì panko lên trên mỗi gratin.
g) Nướng trong lò làm nóng trước khoảng 10-12 phút hoặc cho đến khi mặt trên có màu vàng và sủi bọt.
h) Trang trí với hành lá thái lát trước khi dùng.

## 28. Ramen với rau Miso đỏ nướng

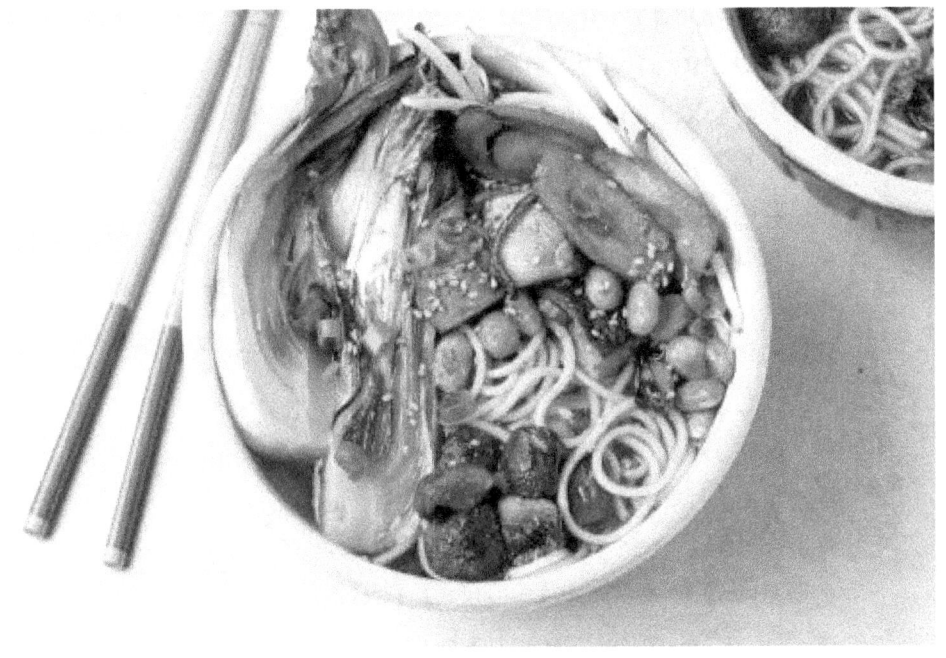

## THÀNH PHẦN:
### ĐỐI VỚI nước luộc:
- 2 muỗng canh. dầu thực vật
- 1 củ hành vàng vừa, xắt nhỏ
- 1 củ cà rốt lớn, gọt vỏ và thái lát
- 10 tép tỏi, bóc vỏ và đập dập
- 1 miếng gừng 4", thái lát
- Muối kosher
- 5 oz. nấm shiitake tươi (bỏ cuống, giữ mũ)
- kombu 2 đoạn (3")
- 0,5 oz. nấm shiitake khô
- Cải thìa 2 đầu, cắt làm 4
- 6 củ hành xanh, xắt nhỏ
- 4 cốc nước luộc rau

### ĐỐI VỚI RAU MISO ĐỎ RANG:
- 6 oz. nấm portobello baby, cắt tư
- 5 oz. mũ nấm shiitake (dành riêng từ nước dùng)
- 1 củ cà rốt lớn, thái lát mỏng
- Cải thìa 2 đầu, cắt làm 4
- 0,5 cốc đậu nành nguyên vỏ
- 1 muỗng canh. dán miso đỏ
- 2 tép tỏi, xay
- 1 muỗng cà phê. gừng bào nhuyễn
- 2 củ hành lá, phần trắng băm nhỏ, rau xanh thái lát mỏng và để dành
- 1 muỗng canh. dầu thực vật
- Muối kosher

### KẾT THUC:
- 0,25 cốc nước tương

- 0,25 cốc mirin
- 1 muỗng canh. hạt vừng rang
- 1 gói (10 ounce) mì ramen khô
- dầu mè
- Hạt mè
- Hành lá

## HƯỚNG DẪN:
### LÀM nước dùng:
a) Đun nóng dầu thực vật trong lò Hà Lan lớn trên lửa vừa. Thêm hành tây, cà rốt, gừng, tỏi và một chút muối. Nấu trong 7 phút cho đến khi rau bắt đầu có màu.

b) Thêm thân nấm hương, kombu, nấm hương khô, cải chíp và hành lá. Đổ nước luộc rau và 4 cốc nước vào. Đun sôi, sau đó đun nhỏ lửa trong 25 phút.

c) Lọc nước dùng qua lưới lọc mịn vào tô lớn, ép chất lỏng từ rau. Loại bỏ chất rắn. Cho nước dùng vào lò Hà Lan, nêm muối cho vừa ăn.

### LÀM RAU MISO RANG:
d) Làm nóng lò ở nhiệt độ 425°F. Trong tô, trộn tương miso, dầu, hành lá, gừng và tỏi băm.

e) Cho riêng cà rốt và nấm vào hỗn hợp miso. Chuyển sang khay nướng có lót giấy bạc, chừa khoảng trống cho cải chíp và đậu nành Nhật Bản. Nướng trong 5 phút.

f) Trong một bát riêng, trộn cải chíp và đậu nành Nhật Bản với dầu, nêm muối. Thêm vào khay nướng và nướng thêm 15 phút nữa cho đến khi tất cả các loại rau mềm và vàng.

**TẬP HỢP:**

g) Nấu mì ramen theo hướng dẫn trên bao bì, sau đó để ráo nước.

h) Đánh đều mirin và nước tương trong một cái bát nhỏ.

i) Trong mỗi bát, thêm 1,5 chén nước dùng nóng, mì và trên cùng là cà rốt, nấm và cải chíp. Rắc hỗn hợp đậu nành-mirin.

j) Trang trí với đậu nành rang, hành lá, dầu mè và hạt vừng trước khi dùng.

## 29. Mì xào Teriyaki Nhật Bản

**THÀNH PHẦN:**
- 2 muỗng canh dầu thực vật
- 1 củ hành vừa, thái lát mỏng
- 2 bí xanh vừa, cắt thành dải mỏng
- 2 muỗng canh sốt teriyaki
- 1 muỗng canh nước tương
- 1 muỗng canh hạt mè rang
- tiêu đen xay

**HƯỚNG DẪN:**

a) Đặt một cái chảo lớn trên lửa vừa. Đun nóng dầu trong đó. Thêm hành tây và nấu trong 6 phút.

b) Khuấy bí xanh và nấu chúng trong 2 phút. Thêm các nguyên liệu còn lại và nấu trong 6 phút. Phục vụ món xào của bạn ngay lập tức. Thưởng thức.

## 30. Ramen ngọt với đậu phụ

**THÀNH PHẦN:**
- 1 gói mì ramen
- tăng 2 C nước
- 2 muỗng canh dầu thực vật
- Đậu phụ 3 lát dày 1/4 inch
- 2 C up giá đậu nành
- 1/2 quả bí xanh nhỏ, thái lát mỏng
- 2 củ hành xanh, thái lát
- 1/2 chén đậu xanh ngọt
- bột mì
- muối nêm
- dầu mè

**HƯỚNG DẪN:**
a) Cắt mỗi miếng đậu phụ thành 3 miếng. Phủi chúng bằng một ít bột mì. Đặt một cái chảo lớn trên lửa vừa. Đun nóng 1 muỗng canh dầu trong đó.
b) đậu phụ trong đó từ 1 đến 2 phút cho mỗi mặt. Xả nó và đặt nó sang một bên. Đun nóng một ít dầu trong cùng một chảo. Xào rau trong đó trong 6 phút. Đặt chúng sang một bên.
c) Nấu mì. Khuấy gói gia vị vào.
d) Đặt một cái chảo lớn trên lửa vừa. Đun nóng một chút dầu trong đó.
e) Nấu giá đỗ trong đó trong 1 phút.
f) Xếp giá đã chiên vào đáy bát ăn. Phủ lên trên là mì ramen, rau nấu chín và đậu phụ. Ăn nóng. Thưởng thức.

31. Ramen Shoyu

**THÀNH PHẦN:**
- Chashu, một cốc
- Nitamago, theo yêu cầu
- Nấm hương, theo yêu cầu
- La-yu, theo yêu cầu
- Nori, nửa cốc
- Ramen, bốn gói
- Dashi, nửa cốc

**HƯỚNG DẪN:**

a) Trong nồi nước sôi có muối, nấu mì ramen, dùng kẹp hoặc đũa khuấy đều cho đến khi chín, khoảng một phút.

b) Trong một cái chảo nhỏ trên lửa vừa, đun ấm dashi và nấm hương cho đến khi gần sôi.

c) Nấu trong một phút và tắt bếp.

d) Đặt nấm hương sang một bên.

e) Thêm dashi và mì vào bát phục vụ.

f) Rắc chashu, nitamago, nấm hương, hành lá, một ít la-yu và nori lên trên nếu muốn.

## 32. mì miso

**THÀNH PHẦN:**
- Tương miso, 1 muỗng canh
- Trộn rau, 1 cốc
- Ramen, 2 gói
- Nước tương, 1 muỗng canh

**HƯỚNG DẪN:**

a) Nấu mì ramen và luộc rau.

b) Bây giờ trộn tất cả các nguyên liệu còn lại và dùng nóng.

## 33. Mì ramen

**THÀNH PHẦN:**
- Mì Ramen, hai gói
- Tương miso, hai muỗng canh
- Nước tương, một muỗng canh

**HƯỚNG DẪN:**

a) Trộn tất cả các thành phần lại với nhau và nấu chín trong mười phút.

b) Món ăn của bạn đã sẵn sàng để được phục vụ.

## 34. Ramen ăn liền

**THÀNH PHẦN:**
- Mì ramen ăn liền, hai gói
- Hỗn hợp gia vị tức thì, hai muỗng canh
- Nước, ba cốc

**HƯỚNG DẪN:**

a) Trộn tất cả các thành phần lại với nhau và nấu trong mười phút.

b) Món ăn của bạn đã sẵn sàng để được phục vụ.

## 35. mì kim chi

**THÀNH PHẦN:**
- 1 1/2 chén kim chi
- 1 (3 oz.) gói mì ramen ăn liền hương vị phương Đông
- 1 (12 oz.) gói Thư rác, chia thành từng khối
- 2 muỗng canh dầu thực vật

**HƯỚNG DẪN:**

a) Nấu mì theo hướng dẫn trên bao bì. Đặt chảo trên lửa vừa. Đun nóng dầu trong đó. Xào các miếng thư rác trong 3 phút.

b) Cho mì vào sau khi để ráo nước và nấu thêm 3 phút.

c) Khuấy kimchee và nấu chúng trong 2 phút. phục vụ mì của bạn ấm.

## 36. Ramen nóng hổi

## THÀNH PHẦN:
- 1 1/2 cốc nước
- 1 củ hành vàng nhỏ, thái hạt lựu
- 1 sườn cần tây, thái hạt lựu
- 6 củ cà rốt baby, thái sợi
- 1 (3 oz.) gói mì ramen, bị vỡ
- 1 (5 1/2 oz.) lon cá mòi sốt cà chua
- 2-3 chút nước sốt nóng

## HƯỚNG DẪN:
a) Đặt một chảo nước lớn trên lửa vừa. Khuấy nước, hành tây, cần tây và cà rốt. Nấu chúng trong 12 phút. Khuấy mì và nấu trong 3 đến 4 phút.

b) Khuấy cá mòi với cà chua và nước sốt nóng vào chảo. Phục vụ nó nóng với lớp phủ yêu thích của bạn.

## 37. Bữa tối Ramen

**THÀNH PHẦN:**
- 1 (6 oz.) lon cá ngừ ngâm dầu thực vật
- 1 (3 oz.) gói mì ramen, bất kỳ hương vị nào
- 1/2 chén rau trộn đông lạnh

**HƯỚNG DẪN:**

a) Đặt một cái chảo lớn trên lửa vừa. Đun nóng một chút dầu trong đó.
b) Nấu cá ngừ trong đó trong 2 đến 3 phút.
c) Chuẩn bị mì ramen theo hướng dẫn trên bao bì kèm theo rau củ.
d) Lấy mì và rau ra khỏi nước rồi chuyển vào chảo. Khuấy gói gia vị vào và nấu trong 2 đến 3 phút.
e) Phục vụ cá ngừ ramen của bạn ấm áp.

## 38. Ramen xào cay ngọt

## THÀNH PHẦN:

- 1 (14 oz.) gói đậu phụ cứng, cắt hạt lựu
- 8 thìa cà phê nước tương
- 2 muỗng canh dầu thực vật
- 8 oz. nấm shiitake, thái lát mỏng
- 2 muỗng cà phê tương ớt châu Á
- 3 tép tỏi, băm nhỏ
- 1 muỗng canh gừng tươi xay
- 3 1/2 chén nước dùng
- 4 (3 oz.) gói mì ramen, gói bỏ đi
- 3 muỗng canh giấm táo
- 2 thìa cà phê đường
- 1 (6 oz.) túi Rau bina Baby

## HƯỚNG DẪN:

a) Dùng ít khăn giấy thấm khô đậu phụ.

b) Lấy tô trộn: Cho đậu hũ vào trộn đều với 2 thìa nước tương.

c) Đặt một cái chảo lớn trên lửa vừa. Đun nóng 1 muỗng canh dầu trong đó. Áp chảo đậu phụ trong 2 đến 3 phút mỗi bên rồi để ráo nước và đặt sang một bên.

d) Đun nóng phần dầu còn lại trong cùng chảo. Xào nấm trong 5 phút. Thêm tương ớt, tỏi và gừng. Để chúng nấu trong 40 giây.

e) Nghiền ramen thành từng miếng. Khuấy nó vào chảo với nước dùng và nấu trong 3 phút hoặc cho đến khi mì chín.

f) Thêm 2 muỗng canh nước tương, giấm và đường. Thêm rau bina vào và nấu trong 2 đến 3 phút hoặc cho đến khi chín.

g) Gấp đậu phụ vào mì rồi dùng nóng.

## 39. Ramen dừa ớt

## THÀNH PHẦN:

- 1 (3 oz.) gói mì ramen
- 2 muỗng canh bơ đậu phộng
- 1 muỗng cà phê nước tương ít natri
- 1 1/2 muỗng cà phê nước sốt ớt tỏi
- 2-3 muỗng canh nước nóng
- 2 muỗng canh dừa nạo ngọt

Trình bày
- bông cải xanh
- đậu phộng
- Cà rốt thái sợi

## HƯỚNG DẪN:

a) Chuẩn bị mì theo hướng dẫn trên bao bì đồng thời bỏ gói gia vị đi.
b) Lấy một tô trộn lớn: Cho bơ đậu phộng, nửa gói gia vị, nước tương, tương ớt tỏi, 2-3 thìa nước nóng vào trộn đều cho đến khi mịn.
c) Cho mì vào tô và trộn đều. Phục vụ bạn mì.
d) Thưởng thức.

## 40. Ramen đậu xanh xào

## THÀNH PHẦN:

- 1 1/2 lbs đậu xanh tươi
- 2 (3 oz.) gói mì ramen
- 1/2 chén dầu thực vật
- 1/3 C. hạnh nhân nướng
- muối, khi cần thiết
- hạt tiêu đen, khi cần thiết

## HƯỚNG DẪN:

a) Cắt đậu xanh và cắt chúng thành miếng 3 đến 4 inch. Cho đậu xanh vào nồi hấp và nấu cho đến khi đậu mềm.
b) Lấy một cái chảo lớn. Khuấy dầu với 1 gói gia vị.
c) Nghiền nát 1 gói mì rồi cho vào chảo xào. Thêm đậu xanh đã hấp vào và nấu trong 3 đến 4 phút.
d) Điều chỉnh gia vị cho món xào của bạn sau đó dùng nóng.

## 41.Ramen Seoul

## THÀNH PHẦN:
- 1 củ khoai tây vừa
- 1 gói mì ramen
- 1 củ hành xanh, thái lát (tùy chọn)
- 1 quả trứng lớn, đánh bông

## HƯỚNG DẪN:
a) Loại bỏ vỏ khoai tây và cắt chúng thành khối nhỏ.
b) Chuẩn bị mì theo hướng dẫn trên bao bì đồng thời cho khoai tây vào và thêm 1/4 lượng nước cần thiết vào nồi.
c) Khuấy gói gia vị rồi nấu khoai tây cho đến khi mềm.
d) Cho hành lá vào nồi và nấu cho đến khi mì chín. Thêm trứng vào súp trong khi khuấy đều cho đến khi trứng chín.
e) Ăn súp nóng.

## 42. Rau xào và mì Ramen

## THÀNH PHẦN:
- 4-5 cọng cải chíp, cắt thành miếng 2 inch
- 3 củ cà rốt, thái lát
- 2 quả ớt chuông xanh, cắt thành lát mỏng
- 1 gói mì ramen đã nấu chín
- 1 chén giá đỗ tươi
- 1 lon ngô non, rửa sạch
- 1 chén sốt teriyaki và tráng men
- 1 muỗng canh dầu thực vật
- 1 ly nước

## HƯỚNG DẪN:
a) Thêm một ít dầu vào chảo chống dính và nấu cà rốt, hạt tiêu và cải chíp thái lát trong 3 phút.
b) Thêm chút nước cùng giá đỗ và ngô vào nấu khoảng 3-4 phút.
c) Bây giờ, thêm teriyaki và trộn đều. Đun nhỏ lửa trong 4 phút.
d) Phục vụ và thưởng thức.

## 43. Rau củ nướng với Ramen

**THÀNH PHẦN:**
- 2 gói mì đã nấu chín
- 2 củ cà rốt, gọt vỏ, thái lát
- 1 chén bông cải xanh, hoa
- 2 gói mì trộn gia vị
- 3 cọng cần tây, cắt tỉa
- 1 quả ớt chuông đỏ, thái lát
- 1 chén nấm, xắt nhỏ
- 1 củ hành tây, xắt nhỏ
- Muối, để nếm
- 1 thìa cà phê gừng, băm nhỏ
- $\frac{1}{4}$ thìa cà phê tỏi, băm nhỏ
- 2 muỗng canh dầu thực vật
- 2 muỗng canh giấm
- 2 muỗng canh nước tương

**HƯỚNG DẪN:**

a) Đun nóng một ít dầu trong chảo rồi xào hành tây với tỏi gừng trong 1-2 phút.
b) Thêm tất cả các loại rau và xào trong 4-5 phút.
c) Thêm chút gia vị và nước tương vào, trộn đều để hòa quyện.
d) Thêm vài giọt nước và nấu trong 6 phút ở nhiệt độ thấp.
e) Bây giờ, thêm mì và giấm vào, trộn đều.
f) Thưởng thức.

## 44. Ramen chanh ớt chuông đỏ

## THÀNH PHẦN:

- 4 muỗng canh nước tương
- 2 thìa cà phê sambal oelek
- 1 thìa mật ong
- 2 muỗng cà phê giấm gạo
- 2 thìa cà phê dầu mè
- 4 thìa nước cốt chanh
- 1 muỗng cà phê dầu thực vật
- 2 muỗng canh gừng, băm nhỏ
- 1 củ hành tây, thái lát
- 1 chén ớt chuông đỏ, thái lát
- ¼ chén lá ngò tươi xắt nhỏ
- 2 bó hành lá lớn, xắt nhỏ
- 2 gói mì luộc cùng gia vị
- muối để nêm

## HƯỚNG DẪN:

a) Đun nóng một ít dầu trong chảo rồi cho gừng vào xào cho thơm.

b) Thêm ớt chuông và xào trong 4-5 phút hoặc cho đến khi rang chín.

c) Bây giờ, thêm tất cả gia vị, muối, nước tương và sambal oelek vào, trộn đều.

d) Thêm một ít hành tây và xào trong 3-4 phút.

e) Thêm mì, nước cốt chanh, mật ong, giấm và dầu mè vào, trộn đều.

f) Chuyển sang đĩa phục vụ và phủ hành lá lên trên.

Súp

## 45. Kenchinjiru (Súp rau kiểu Nhật)

**THÀNH PHẦN:**
**ĐỐI VỚI DASHI:**
- 1 miếng kombu (tảo bẹ khô) (4 x 4 inch, 10 x 10 cm mỗi miếng)
- 5 cốc nước (cho kombu)
- 3 cây nấm đông cô khô
- 1 cốc nước (cho nấm hương)

**ĐỐI VỚI SÚP:**
- Đậu phụ cứng 7 oz (½ khối 14 oz)
- ½ gói konnyaku (konjac) (4,6 oz, 130 g)
- 7 oz củ cải daikon (2 inch, 5 cm)
- Cà rốt 3,5 oz (1 củ cà rốt vừa)
- 3 miếng khoai môn (satoimo)
- 3,5 oz gobo (rễ cây ngưu bàng) (½ gobo)

**ĐỐI VỚI GIA VỊ:**
- 1 muỗng canh dầu mè nướng
- 3 muỗng canh rượu sake
- ½ thìa cà phê muối kosher Diamond Crystal
- 2 muỗng canh nước tương

**ĐỐI VỚI TRANG TRÍ:**
- 2 củ hành xanh/hành lá
- Shichimi togarashi (bảy gia vị Nhật Bản) (tùy chọn)
- Tiêu sansho Nhật Bản (tùy chọn)

**HƯỚNG DẪN:**
**ĐỂ CHUẨN BỊ:**

a) Đêm trước: Nhẹ nhàng làm sạch 1 miếng kombu (tảo bẹ khô) bằng khăn ẩm. Ngâm kombu trong 5 cốc nước qua đêm. Nếu không có thời gian thì bỏ qua việc ngâm.

b) Từ từ đun sôi nước kombu. Ngay trước khi nước sôi, vớt kombu ra. Tắt lửa và đặt nó sang một bên.

c) Cho 3 cây nấm hương khô vào tô nhỏ và đổ 1 cốc nước vào. Đặt một chiếc bát nhỏ hơn lên trên để đảm bảo ngập nấm.

d) Bọc đậu phụ cứng nặng 7 oz bằng khăn giấy và đặt lên đĩa. Đặt một đĩa khác lên trên để ép đậu, để ráo nước trong 30 phút.

e) Cắt ½ gói konnyaku (konjac) thành miếng vừa ăn. Đun sôi trong 2-3 phút để loại bỏ mùi hôi. Xả nước và đặt nó sang một bên.

f) Gọt vỏ và cắt củ cải daikon 7 oz, cà rốt 3,5 oz và 3 miếng khoai môn (satoimo) thành từng lát. Ngâm satoimo trong nước để loại bỏ chất nhớt.

g) Cạo vỏ của 3,5 oz gobo (rễ cây ngưu bàng) dưới vòi nước chảy. Cắt nó thành lát mỏng. Ngâm trong nước 5 phút rồi vớt ra.

h) Khi nấm hương mềm, vắt bớt nước và đặt sang một bên. Lọc nấm hương dashi vào một cái rây mịn để loại bỏ các hạt và đặt sang một bên.

**ĐỂ NẤU KENCHINJIRU:**

i) Đun nóng nồi lớn và thêm 1 muỗng canh dầu mè nướng. Xào daikon, cà rốt, khoai môn (satoimo), gobo (rễ cây ngưu bàng) và konnyaku cho đến khi phủ đầy dầu.

j) Thêm nấm shiitake và đậu phụ xé. Xào cho đến khi tất cả nguyên liệu được phủ một lớp dầu.

k) Thêm nấm hương dashi và kombu dashi. Đun sôi.
l) Giảm nhiệt để đun nhỏ lửa. Nấu trong 10 phút, thỉnh thoảng hớt bọt để loại bỏ bọt.
m) Sau 10 phút, thêm 3 muỗng canh rượu sake và $\frac{1}{2}$ muỗng cà phê muối kosher Diamond Crystal. Tiếp tục nấu cho đến khi rau mềm. Cuối cùng thêm 2 muỗng canh nước tương.

**PHỤC VỤ:**
n) Ngay trước khi ăn, cắt mỏng 2 củ hành lá/hành lá.
o) Dọn súp và trang trí với hành lá. Rắc thêm shichimi togarashi tùy chọn và hạt tiêu sansho Nhật Bản nếu bạn thích cay.
p) Giữ thức ăn thừa trong hộp kín hoặc nồi và bảo quản trong tủ lạnh.

# 46. Súp khoai mỡ và cải xoăn Nhật Bản

## THÀNH PHẦN:
- 2 tép tỏi
- 1 củ hành tây
- 1 củ khoai lang Nhật
- 2 oz cải xoăn xoăn
- 1 quả ớt jalapeno
- 1 tai ngô
- 1 lon đậu cannellini
- 2 gói nước luộc rau cô đặc
- ½ muỗng cà phê thì là
- 1 muỗng canh lá oregano
- 1 muỗng canh dầu ô liu
- Muối và tiêu

## HƯỚNG DẪN:
### CHUẨN BỊ RAU CỦ:
a) Băm tỏi.
b) Gọt vỏ và thái hạt lựu hành tây.
c) Cắt nhỏ khoai lang Nhật (không cần gọt vỏ).
d) Bỏ cuống cải xoăn và thái mỏng lá.
e) Cắt nhỏ, bỏ hạt và băm nhỏ ớt jalapeño.
f) Loại bỏ vỏ trấu từ ngô và cắt hạt ngô ra khỏi lõi ngô.
g) Xả và rửa sạch đậu cannellini.

### BẮT ĐẦU SÚP:
h) Đặt một cái nồi lớn trên lửa vừa cao với 1 muỗng canh dầu ô liu.
i) Khi dầu nóng, cho tỏi băm, hành tây thái hạt lựu, ớt jalapeño và một chút muối vào.
j) Nấu cho đến khi có mùi thơm, khoảng 2 đến 3 phút.

k) Thêm khoai mỡ thái hạt lựu, hạt ngô, đậu cannellini, nước luộc rau, thì là, lá oregano, 3 cốc nước, 1/4 thìa cà phê muối và một chút hạt tiêu vào nồi súp.
l) Đun sôi, đậy nắp và nấu cho đến khi khoai lang Nhật mềm, khoảng 10 đến 12 phút.
m) Thêm cải xoăn thái lát vào súp và khuấy đều.
n) Múc súp khoai lang và cải xoăn Nhật Bản vào giữa các bát lớn.

## 47. Súp mì Nori

## THÀNH PHẦN:
- 1 (8 oz.) gói mì soba khô
- 1 cốc nước dùng dashi đã chuẩn bị
- 1/4 C. nước tương
- 2 thìa mirin
- 1/4 thìa cà phê đường trắng
- 2 muỗng canh hạt vừng
- 1/2 chén hành lá xắt nhỏ
- 1 tấm nori (rong biển khô), cắt thành dải mỏng (tùy chọn)

## HƯỚNG DẪN:
a) Nấu mì theo hướng dẫn trên bao bì. Xả nó và làm mát nó bằng một ít nước.

b) Đặt một cái chảo nhỏ trên lửa vừa. Khuấy dashi, nước tương, mirin và đường trắng vào. Nấu nó cho đến khi nó bắt đầu sôi.

c) Tắt lửa và để hỗn hợp mất nhiệt trong 27 phút. Chia hạt vừng với mì vào bát phục vụ và rưới nước luộc lên trên.

d) Trang trí bát súp của bạn với nori và hành lá.

e) Thưởng thức.

## 48. Súp Ramen nấm

## THÀNH PHẦN:

- 2 chén nấm, thái lát
- 2 gói mì ramen
- 1 thìa cà phê tiêu đen
- 2 muỗng canh nước sốt nóng
- 2 muỗng canh nước tương
- 1 muỗng canh sốt Worcestershire
- ¼ thìa cà phê muối
- 3 chén nước luộc rau
- 1 củ hành tây, xắt nhỏ
- 2 thìa tương ớt
- 2 muỗng canh dầu đậu phộng

## HƯỚNG DẪN:

a) Đun nóng dầu trong chảo và xào nấm trong 5-6 phút trên lửa vừa.
b) Thêm nước dùng, muối, tiêu, sốt nóng, sốt Worcestershire, hành tây và nước tương vào, trộn đều. Đun sôi trong vài phút.
c) Thêm mì và nấu trong 3 phút.
d) Khi hoàn tất, múc ra tô và rưới tương ớt lên trên.
e) Thưởng thức.

## 49. Súp Miso Đậu Phụ Và Bắp Cải

## THÀNH PHẦN:
- 750 ml nước luộc gà hoặc rau hữu cơ
- miếng gừng 3cm
- 2 tép tỏi
- 1 quả ớt đỏ tươi
- ½ bắp cải mặn
- 1 củ cà rốt
- 2 muỗng canh miso dán
- nước tương ít muối
- 100 g đậu hủ non

## HƯỚNG DẪN:
a) Đổ nước kho vào chảo và đun sôi.
b) Gọt vỏ và thái sợi, tỏi bóc vỏ và thái lát mỏng, sau đó bỏ hạt và băm nhỏ ớt. Thêm vào kho, đậy nắp và đun nhỏ lửa trong 5 phút.
c) Bỏ lõi và cắt nhỏ bắp cải. Gọt vỏ và thái sợi cà rốt, sau đó cho vào chảo, đậy nắp và đun nhỏ lửa thêm 3 đến 4 phút hoặc cho đến khi bắp cải héo.
d) Khuấy tương miso và một chút nước tương cho vừa ăn.
e) Thêm đậu phụ và để yên trong vài phút trước khi dùng.

## 50. Súp Miso Đậu Phụ Và Rong Biển

## THÀNH PHẦN:

- 4 cốc dashi
- 3 thìa tương miso
- 1/2 chén đậu phụ, cắt hạt lựu
- 2 muỗng canh rong biển wakame, bù nước
- 2 củ hành xanh, thái lát

## HƯỚNG DẪN:

a) Đun nóng dashi trong nồi.
b) Hòa tan tương miso với một lượng nhỏ dashi rồi cho vào nồi.
c) Thêm đậu phụ và rong biển wakame đã bù nước.
d) Đun nhỏ lửa trong 5 phút, trang trí với hành lá thái lát.

## 51. Bún Rau Bó Xôi Và Hành Lá

## THÀNH PHẦN:

- 6 chén nước luộc rau
- 2 gói mì soba
- 2 chén rau bina tươi
- 4 củ hành xanh, thái lát
- 1 muỗng canh nước tương
- 1 muỗng canh mirin
- 1 thìa cà phê gừng xay

## HƯỚNG DẪN:

a) Nấu mì soba theo hướng dẫn trên bao bì, sau đó để ráo nước.
b) Trong nồi, đun nóng nước luộc rau với nước tương, mirin và gừng bào sợi.
c) Thêm rau bina tươi và hành lá thái lát.
d) Khi rau bina héo, thêm mì soba nấu chín vào nước dùng.

## 52. Mỳ Udon Rau Tempura

## THÀNH PHẦN:

- 6 chén nước luộc rau
- 2 gói mì udon
- Các loại rau tempura (khoai lang, bí xanh, bông cải xanh)
- 2 muỗng canh nước tương
- 1 muỗng canh mirin
- 1 muỗng canh giấm gạo
- Hành lá, thái lát (để trang trí)

## HƯỚNG DẪN:

a) Nấu mì udon theo hướng dẫn trên bao bì, sau đó để ráo nước.

b) Trong nồi, đun nóng nước luộc rau với nước tương, mirin và giấm gạo.

c) Chuẩn bị rau tempura bằng cách chiên hoặc nướng cho đến khi giòn.

d) Ăn mì udon trong nước dùng, phủ rau tempura và hành lá thái lát.

## 53. Súp Ramen Với Bắp Và Bok Choy

## THÀNH PHẦN:

- 4 chén nước luộc rau
- 2 gói mì ramen
- 1 chén nấm shiitake thái lát
- 1 chén cải chíp thái lát
- 1 chén hạt ngô
- 1 muỗng canh nước tương
- 1 muỗng canh miso dán
- 1 muỗng cà phê dầu mè

## HƯỚNG DẪN:

a) Nấu mì ramen theo hướng dẫn trên bao bì, sau đó để ráo nước.
b) Trong nồi, đun nóng nước luộc rau với nước tương, tương miso và dầu mè.
c) Thêm nấm đông cô thái lát, cải chíp và hạt ngô.
d) Đun nhỏ lửa trong 5 - 7 phút cho đến khi rau mềm.
e) Phục vụ mì ramen trong nước dùng.

## 54. Súp Sữa Đậu Nành Và Bí Ngô

**THÀNH PHẦN:**
- 4 cốc sữa đậu nành không đường
- 1 cốc bí ngô, gọt vỏ và thái hạt lựu
- 1 củ hành tây, xắt nhỏ
- 2 muỗng canh miso dán
- 1 muỗng canh nước tương
- 1 muỗng canh dầu mè
- 1 thìa cà phê tỏi băm

**HƯỚNG DẪN:**

a) Trong nồi, xào hành tây trong dầu mè cho đến khi trong suốt.
b) Thêm bí ngô và tiếp tục nấu trong vài phút.
c) Đổ sữa đậu nành vào và đun sôi.
d) Hòa tan tương miso với một lượng nhỏ nước dùng rồi cho vào nồi.
e) Nêm nước tương và tỏi băm. Đun nhỏ lửa cho đến khi bí ngô mềm.

## 55. Súp Sukiyaki Hokkaido

## THÀNH PHẦN:

- 4 chén nước luộc rau
- 1/4 chén nước tương
- 2 thìa mirin
- 2 thìa đường
- 1 chén đậu phụ, thái lát
- 1 cốc mì shirataki
- Các loại rau (bắp cải Napa, nấm, hành lá)

## HƯỚNG DẪN:

a) Trong nồi, trộn nước luộc rau, nước tương, mirin và đường.
b) Thêm đậu phụ, mì shirataki và các loại rau.
c) Đun nhỏ lửa cho đến khi rau mềm.
d) Ăn nóng với cơm trắng.

## 56. Bún Sômen

## THÀNH PHẦN:

- 6 chén nước luộc rau
- 2 gói mì somen
- 1 chén đậu tuyết, thái lát mỏng
- 1 củ cà rốt, thái hạt lựu
- 1 muỗng canh nước tương
- 1 muỗng canh giấm gạo
- Hạt vừng và hành lá thái lát để trang trí

## HƯỚNG DẪN:

a) Nấu mì somen theo hướng dẫn trên bao bì rồi để ráo nước.
b) Trong nồi, đun nóng nước luộc rau với nước tương và giấm gạo.
c) Thêm đậu tuyết thái lát và cà rốt thái sợi.
d) Ăn mì somen trong nước dùng, trang trí với hạt vừng và hành lá thái lát.

## 57. Bún cà ri

## THÀNH PHẦN:

- 3 củ cà rốt, cắt thành miếng vừa ăn
- 1 củ hành tây nhỏ, cắt thành miếng vừa ăn
- 3 muỗng canh nước
- 1/4 C. dầu thực vật
- 1/2 chén bột mì đa dụng
- 2 muỗng canh bột mì đa dụng
- 2 muỗng canh bột cà ri đỏ
- 5 C. nước luộc rau nóng
- 1/4 C. nước tương
- 2 muỗng cà phê si-rô phong
- 8 oz. mì udon, hoặc nhiều hơn tùy khẩu vị

## HƯỚNG DẪN:

a) Lấy một chiếc bát chịu được lò vi sóng: Khuấy nước với cà rốt và hành tây vào đó. đậy nắp và nấu ở nhiệt độ cao trong 4 phút 30 giây.

b) Đặt nồi súp trên lửa vừa. Đun nóng dầu trong đó. Thêm vào đó 1/2 cốc cộng với 2 thìa bột mì và trộn chúng để tạo thành hỗn hợp sệt.

c) Thêm cà ri với nước luộc nóng vào và nấu trong 4 phút trong khi trộn liên tục. Thêm hành tây và cà rốt nấu chín với nước tương và xirô phong.

d) Nấu mì theo hướng dẫn trên bao bì cho đến khi mì mềm.

e) Nấu súp cho đến khi nó bắt đầu sôi. Khuấy mì và phục vụ súp của bạn nóng.

## 58. Súp Ramen Với Nấm

## THÀNH PHẦN:
- 2 chén lá rau chân vịt
- 2 gói mì ramen
- 3 chén nước luộc rau
- 3-4 tép tỏi, băm nhỏ
- $\frac{1}{4}$ thìa cà phê bột hành
- Muối và hạt tiêu cho vừa ăn
- 1 muỗng canh dầu thực vật
- $\frac{1}{4}$ chén hành lá, xắt nhỏ
- 3-4 cây nấm, xắt nhỏ

## HƯỚNG DẪN:
a) Cho nước luộc rau, muối, dầu và tỏi vào nồi và đun sôi trong 1-2 phút.
b) Bây giờ, thêm mì, nấm, hành lá, rau bina và hạt tiêu đen vào, nấu trong 2-3 phút.
c) Thưởng thức nóng.

# NƯỚC DÙNG

# 59. nước dùng Dashi

## THÀNH PHẦN:
- 25 g nấm đông cô (khô)
- 10 g kombu
- 1 lít nước

## HƯỚNG DẪN:
a) Lấy một cái nồi với min. Dung tích 500 ml và cho đống nấm hương vào một nồi và kombu vào nồi kia.
b) Đun sôi cả hai nồi rồi để lửa nhỏ trong 1 giờ.
c) Cuối cùng, lọc bỏ các nguyên liệu và thêm hai loại bia lại với nhau.
d) Cho 235 ml mỗi loại vào tô súp. Thêm mì ống và lớp trên bề mặt theo ý muốn.

# 60. Nước luộc rau vị Umami

**THÀNH PHẦN:**
- 2 muỗng canh tương miso nhẹ
- 2 muỗng canh dầu hạt cải
- 2 thìa nước
- 2 củ hành tây (gọt vỏ và thái nhỏ)
- 2 củ cà rốt (gọt vỏ và thái nhỏ)
- 4 cọng cần tây (thái nhỏ)
- 1 nhánh tỏi tây (thái nhỏ)
- 1 củ thì là (thái nhỏ)
- 5 rễ rau mùi
- 1 đầu tỏi (giảm một nửa)
- ½ bó rau mùi tây lá dẹt
- 5 cây nấm đông cô khô
- 20 g kombu
- 2 thìa cà phê muối
- 1 thìa cà phê tiêu đen
- 2 lá nguyệt quế
- ½ muỗng cà phê hạt mù tạt vàng
- ½ muỗng cà phê hạt rau mùi
- 3,5 lít nước

**HƯỚNG DẪN:**

a) Trộn tương miso với dầu hạt cải và 2 thìa nước rồi để sang một bên.

b) Đặt rau, kombu và nấm shiitake lên khay nướng. Rưới hỗn hợp miso dán lên trên. Để toàn bộ trong lò nướng trong 1 giờ ở nhiệt độ 150 °C. Lật lại ở giữa.

c) Sau đó cho rau đã nướng vào nồi lớn. Thêm gia vị và đổ nước vào. Đun sôi mọi thứ, giảm nhiệt rồi đun nhỏ lửa trong 1,5 giờ.

d) Cho 235 ml mỗi loại vào tô súp. Thêm mì ống và lớp trên bề mặt theo ý muốn.

# 61. Súp hành tây trong Hokkaido

## THÀNH PHẦN:

- 6 chén nước luộc rau
- 2 củ hành tây (thái hạt lựu)
- 1 cọng cần tây (thái hạt lựu)
- 1 củ cà rốt (gọt vỏ và thái hạt lựu)
- 1 muỗng canh tỏi (băm nhỏ)
- ½ muỗng cà phê gừng (băm nhỏ)
- 1 muỗng cà phê dầu mè
- 1 chén nấm nút (thái lát rất mỏng)
- ½ chén hành lá (thái lát)
- nếm muối và hạt tiêu
- nếm thử nước tương (tùy chọn)
- nếm thử Sriracha (tùy chọn)

## HƯỚNG DẪN:

a) Xào hành tây trong nồi với một ít dầu cho đến khi có màu caramen nhẹ. Khoảng 10 phút.

b) Thêm cà rốt, cần tây, tỏi và gừng, dầu mè và nước dùng. Nêm muối và tiêu cho vừa ăn.

c) Đun sôi rồi đun nhỏ lửa trong 30 phút.

d) Lọc rau ra khỏi nước dùng.

e) Cho một ít hành lá và nấm thái mỏng vào bát. Múc súp lên trên.

f) Tùy chọn: Thêm một chút nước tương và sriracha cho vừa ăn.

## 62. Cơ sở súp miso

## THÀNH PHẦN:

- 4 cốc dashi
- 3 muỗng canh miso trắng hoặc đỏ
- 1 chén đậu phụ, cắt hạt lựu
- 1 chén rong biển wakame, bù nước

## HƯỚNG DẪN:

a) Trong nồi, đun nóng dashi cho đến khi sôi.
b) Hòa tan tương miso với một lượng nhỏ dashi rồi cho vào nồi.
c) Thêm đậu phụ và rong biển wakame đã bù nước.
d) Đun nhỏ lửa khoảng 5 phút cho đến khi đậu phụ nóng đều. Không đun sôi sau khi thêm miso.

## 63. Nước dùng làm từ nước tương

## THÀNH PHẦN:
- 4 chén nước luộc rau hoặc nước
- 1/4 chén nước tương
- 2 thìa mirin
- 1 muỗng canh rượu sake (tùy chọn)
- 1 muỗng canh đường
- 1 thìa cà phê gừng xay

## HƯỚNG DẪN:
a) Trong nồi, trộn nước hoặc nước luộc rau, nước tương, rượu mirin, rượu sake, đường và gừng bào sợi.
b) Đun sôi và để nó nấu trong vòng 10 - 15 phút.
c) Điều chỉnh gia vị theo khẩu vị của bạn.

## 64. Nước dùng Ramen rau củ

## THÀNH PHẦN:
- 6 chén nước luộc rau
- 1 củ hành tây, thái lát
- 3 tép tỏi, băm nhỏ
- 1 củ cà rốt, thái lát
- 1 cọng cần tây, xắt nhỏ
- 1 muỗng canh nước tương
- 1 muỗng canh miso dán

## HƯỚNG DẪN:
a) Trong nồi, xào hành tây, tỏi, cà rốt và cần tây cho đến khi mềm.
b) Thêm nước luộc rau, nước tương và tương miso. Khuấy đều.
c) Đun nhỏ lửa và nấu trong 15-20 phút.
d) Lọc nước dùng, loại bỏ chất rắn.

## 65. Nước dùng nấm Shiitake

## THÀNH PHẦN:

- 6 chén nước luộc rau hoặc nước
- 1 chén nấm hương khô
- 1 củ hành tây, cắt tư
- 2 tép tỏi, đập dập
- 1 miếng kombu (tùy chọn)

## HƯỚNG DẪN:

a) Trong nồi, trộn nước hoặc nước luộc rau, nấm hương khô, hành tây, tỏi và kombu.

b) Đun sôi rồi giảm lửa để sôi lăn tăn. Nấu trong 20-30 phút.

c) Lọc nước dùng, loại bỏ chất rắn.

## 66. Esame Miso Broth

## THÀNH PHẦN:

- 4 chén nước luộc rau
- 3 muỗng canh miso trắng
- 2 muỗng canh tahini (mè dán)
- 1 muỗng canh nước tương
- 1 muỗng cà phê dầu mè
- 1 củ hành xanh, xắt nhỏ

## HƯỚNG DẪN:

a) Trong nồi, đun nóng nước luộc rau cho đến khi sôi.
b) Trong một bát nhỏ, trộn tương miso, tahini, nước tương và dầu mè để tạo thành hỗn hợp sệt.
c) Thêm hỗn hợp miso vào nước dùng nóng, khuấy đều.
d) Đun nhỏ lửa trong 5 - 7 phút, trang trí với hành lá xắt nhỏ.

## 67. Nước luộc đậu hủ kim chi cay

## THÀNH PHẦN:

- 4 cốc dashi
- 1/2 chén kim chi, xắt nhỏ
- 1/2 chén đậu phụ cứng, cắt hạt lựu
- 2 muỗng canh gochujang (tương ớt đỏ Hàn Quốc)
- 1 muỗng canh nước tương
- 1 muỗng cà phê hạt vừng

## HƯỚNG DẪN:

a) Trong nồi, trộn dashi, kim chi, đậu phụ, gochujang và nước tương.
b) Đun nhỏ lửa và nấu trong 10 phút.
c) Trang trí với hạt vừng trước khi dùng.

## 68. Nước dùng Kotteri chay

## THÀNH PHẦN:
- 500 g bí đỏ (khoảng 300 g đã gọt vỏ và cắt nhỏ)
- 2 củ hành tây (bóc vỏ và cắt nhỏ)
- 3 tép tỏi (bóc vỏ)
- 100 g nấm hương tươi
- 6 nấm đông cô khô
- 6-8 g kombu
- 2 lít nước
- 2 thìa cà phê bột ớt paprika
- 2 muỗng canh gừng (băm nhỏ)
- 75ml nước tương
- 4 WL dán miso
- 3 muỗng canh giấm gạo
- 3 muỗng canh dầu dừa
- 2 thìa cà phê muối
- dầu ô liu

## HƯỚNG DẪN:
a) Làm nóng lò ở nhiệt độ 250°C.
b) Lấy một cái chảo lớn và đun sôi khoảng 2 lít nước. Thêm nấm shiitake khô và kombu. Giảm nhiệt và để mọi thứ sôi trong khoảng 1 giờ.
c) Trộn bí ngô, hành tây, tỏi và nấm hương tươi với một ít dầu ô liu và ớt bột rồi phết lên khay nướng.
d) Nấu rau trong lò khoảng 15
e) phút. Giảm nhiệt độ xuống 225 ° C và nấu thêm 15 phút nữa.
f) Sau khi nước dùng sôi khoảng một giờ, vớt nấm và kombu ra, thêm rau và gừng vào. Để nước dùng sôi trong 20 phút và đậy nắp lại.

g) Nghiền nhuyễn nước dùng.

h) Sau đó thêm tương miso, nước tương, giấm gạo, dầu dừa và muối vào rồi xay nhuyễn nước dùng lần nữa. Nếu cần thiết, nước dùng có thể được pha loãng với nước.

i) Cho 235 ml mỗi loại vào tô súp. Thêm mì ống và lớp trên bề mặt theo ý muốn.

# 69. Nước dùng mì Udon

## THÀNH PHẦN:

- 6 chén nước luộc rau
- 1 chén nấm shiitake thái lát
- 1 chén cải chíp, xắt nhỏ
- 2 muỗng canh nước tương
- 1 muỗng canh mirin
- 1 thìa cà phê gừng xay
- 8 oz mì udon, nấu chín

## HƯỚNG DẪN:

a) Trong nồi, trộn nước luộc rau, nấm đông cô, cải chíp, nước tương, mirin và gừng bào sợi.
b) Đun nhỏ lửa trong 15-20 phút cho đến khi rau mềm.
c) Chia mì udon đã nấu chín vào các bát phục vụ và múc nước dùng nóng lên trên.

# 70. Nước dùng trà xanh Hokkaido

**THÀNH PHẦN:**
- 4 cốc nước
- 2 túi trà xanh
- 1 muỗng canh nước tương
- 1 muỗng canh mirin
- 1 thìa cà phê sả xay
- 1 chén rau bina, xắt nhỏ

**HƯỚNG DẪN:**

a) Đun sôi nước và ngâm túi trà xanh trong 5 phút.

b) Lấy túi trà ra và thêm nước tương, rượu mirin và sả bào.

c) Thêm rau bina cắt nhỏ và đun nhỏ lửa thêm 3-5 phút.

# 71. Nước luộc nấm miso rau củ

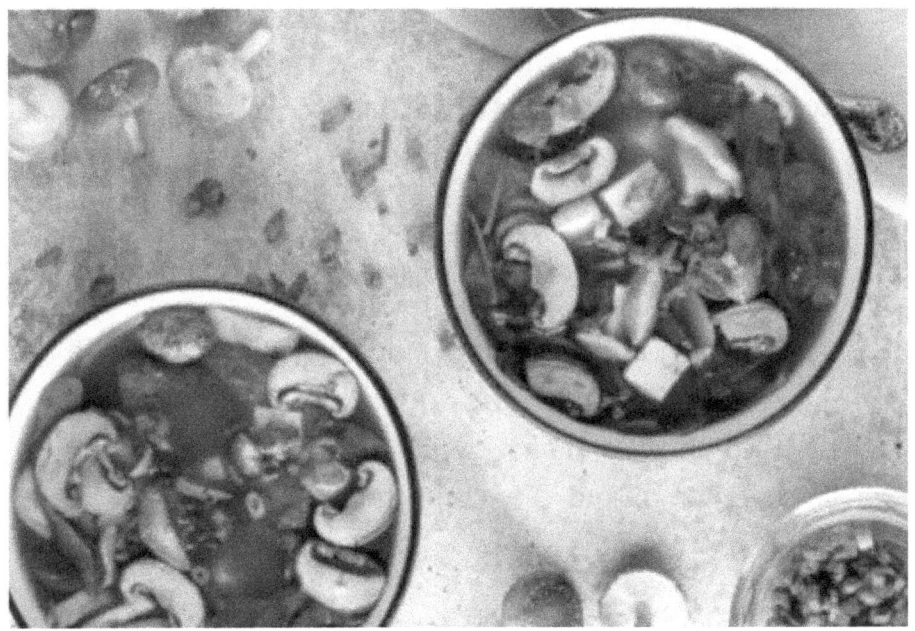

## THÀNH PHẦN:
- 5 chén nước luộc rau
- 1/2 chén nấm hương khô
- 1 chén nấm sò thái lát
- 3 muỗng canh miso trắng
- 2 muỗng canh nước tương
- 1 muỗng canh dầu mè

## HƯỚNG DẪN:
a) Trong nồi, trộn nước luộc rau, nấm hương khô, nấm sò, tương miso, nước tương và dầu mè.
b) Đun nhỏ lửa trong 20-25 phút.
c) Điều chỉnh gia vị nếu cần trước khi dùng.

72. Nước luộc sả gừng

**THÀNH PHẦN:**
- 4 chén nước luộc rau
- 2 muỗng canh nước tương
- 1 muỗng canh miso dán
- 1 muỗng canh gừng xay
- 2 cọng sả, giã nát
- 1 củ cà rốt, thái lát
- 1 chén đậu tuyết, cắt nhỏ

**HƯỚNG DẪN:**
a) Trong nồi, trộn nước luộc rau, nước tương, tương miso, gừng bào sợi và sả nghiền nát.
b) Thêm cà rốt thái lát và đậu tuyết.
c) Đun nhỏ lửa trong 15-20 phút cho đến khi rau mềm.

# 73. Nước dùng nấm hương hạt dẻ

**THÀNH PHẦN:**
- 5 cốc nước
- 1 chén nấm hương khô
- 1 chén hạt dẻ rang, bóc vỏ
- 1 muỗng canh nước tương
- 1 muỗng canh mirin
- 1 muỗng cà phê dầu mè

**HƯỚNG DẪN:**
a) Trong nồi, trộn nước, nấm hương khô, hạt dẻ rang, nước tương, rượu mirin và dầu mè.
b) Đun nhỏ lửa trong 20-25 phút.
c) Lọc nước dùng, loại bỏ chất rắn.

## 74. Nước luộc khoai lang và dừa

## THÀNH PHẦN:
- 4 chén nước luộc rau
- 1 chén khoai lang, thái hạt lựu
- 1 lon (14 oz) nước cốt dừa
- 2 muỗng canh nước tương
- 1 muỗng canh si-rô phong
- 1 thìa cà phê bột cà ri

## HƯỚNG DẪN:
a) Trong nồi, trộn nước luộc rau, khoai lang thái hạt lựu, nước cốt dừa, nước tương, xi-rô cây thích và bột cà ri.
b) Đun nhỏ lửa trong 15-20 phút cho đến khi khoai lang mềm.

## 75. Sake và nước luộc nấm khô

**THÀNH PHẦN:**
- 4 cốc nước
- 1 chén nấm hương khô
- 1 chén mộc nhĩ khô
- 1/4 chén nước tương
- 2 muỗng canh rượu sake
- 1 muỗng canh giấm gạo

**HƯỚNG DẪN:**

a) Trong nồi, trộn nước, nấm hương khô, mộc nhĩ khô, nước tương, rượu sake và giấm gạo.
b) Đun nhỏ lửa trong 20-25 phút.
c) Lọc nước dùng, loại bỏ chất rắn.

# 76. Nước dùng wasabi và Nori

**THÀNH PHẦN:**
- 4 chén nước luộc rau
- 1 muỗng canh nước tương
- 1 muỗng canh miso dán
- 1 muỗng canh giấm gạo
- 1 muỗng cà phê mù tạt
- 2 tờ nori (rong biển), xé thành từng miếng

**HƯỚNG DẪN:**

a) Trong nồi, trộn nước luộc rau, nước tương, tương miso, giấm gạo, tương wasabi và nori rách.
b) Đun nhỏ lửa trong 15-20 phút để gia vị hòa quyện.
c) Lọc nước dùng, loại bỏ các mảnh nori.

## 77. Súp nấm trong

**THÀNH PHẦN:**
- 6 cốc nước
- 1 chén nấm shiitake thái lát
- 1 chén nấm enoki thái lát
- 1 chén nấm sò thái lát
- 1 củ cà rốt, thái hạt lựu
- 1 muỗng canh nước tương
- 1 muỗng canh mirin
- 1 muỗng canh rượu sake (tùy chọn)
- 1 muỗng cà phê dầu mè

**HƯỚNG DẪN:**
a) Trong nồi, đun sôi nước.
b) Thêm nấm hương, nấm kim châm, nấm sò và cà rốt thái sợi.
c) Nêm nước tương, rượu mirin, rượu sake và dầu mè.
d) Đun nhỏ lửa trong 15-20 phút cho đến khi rau mềm.

# SALAD

# 78. Salad rong biển mè

**THÀNH PHẦN:**
- 1 chén rong biển wakame, bù nước
- 1 muỗng canh dầu mè
- 1 muỗng canh nước tương
- 1 muỗng canh giấm gạo
- 1 thìa cà phê đường
- Hạt mè để trang trí

**HƯỚNG DẪN:**

a) Trộn rong biển wakame đã bù nước với dầu mè, nước tương, giấm gạo và đường.

b) Trang trí với hạt vừng trước khi dùng.

## 79. Salad Ramen Táo

## THÀNH PHẦN:
- 12 oz. hoa bông cải xanh
- 1 (12 oz.) túi hỗn hợp xà lách trộn bông cải xanh
- 1/4 C. hạt hướng dương
- 2 (3 oz.) gói mì ramen
- 3 thìa bơ
- 2 muỗng canh dầu ô liu
- 1/4 C. hạnh nhân cắt lát
- 3/4 C. dầu thực vật
- 1/4 C. đường nâu
- 1/4 C. giấm táo
- 1/4 C. hành lá, xắt nhỏ

## HƯỚNG DẪN:
a) Đặt một cái chảo lớn trên lửa vừa. Đun nóng dầu trong đó.
b) Dùng tay ấn ramen để nghiền nát nó. Khuấy nó trong chảo với hạnh nhân.
c) Nấu chúng trong 6 phút rồi đặt chảo sang một bên.
d) Lấy một tô trộn lớn: Cho bông cải xanh, bông cải xanh và hoa hướng dương vào đó. Thêm hỗn hợp mì và đảo chúng một lần nữa.
e) Lấy một tô trộn nhỏ: Cho dầu thực vật, đường nâu, giấm táo và gói gia vị mì Ramen vào để làm nước sốt.
f) Rưới dầu giấm lên khắp món salad và khuấy đều. Phục vụ món salad của bạn với hành lá ở trên. Thưởng thức.

# 80. Salad mì Sambal

## THÀNH PHẦN:

- 1 (3 oz.) gói mì ramen
- 1 chén bắp cải, thái nhỏ
- 4 hành lá, cắt thành miếng 1 inch
- 2-3 củ cà rốt
- đậu tuyết, thái hạt lựu
- 3 thìa sốt mayonaise
- 1/2 thìa cà phê sambal oelek, hoặc sriracha
- 1-2 thìa nước cốt chanh
- 1/4 C. đậu phộng, xắt nhỏ
- ngò, xắt nhỏ

## HƯỚNG DẪN:

a) Chuẩn bị mì theo hướng dẫn trên bao bì và nấu trong 2 phút. Lấy nó ra khỏi nước và đặt nó sang một bên để ráo nước.

b) Lấy một tô trộn nhỏ: Cho mayo nnaise , sambal olek và nước cốt chanh vào để làm nước sốt.

c) Lấy một tô trộn lớn: Cho bắp cải, cà rốt, hành lá, đậu Hà Lan, mì nấu chín, sốt mayo nnaise , một chút muối và hạt tiêu. Trộn đều chúng.

d) Phục vụ món salad của bạn và thưởng thức.

## 81. Hokkaido Serrano

## THÀNH PHẦN:
- 1 củ hành vàng, xắt nhỏ
- 2 quả cà chua roma, xắt nhỏ
- 1 quả ớt serrano, xắt nhỏ
- 1 quả ớt đỏ, rang và bóc vỏ, thái nhỏ
- 1 chén rau trộn thái hạt lựu
- 2 (3 oz.) gói mì ramen ăn liền hương vị phương Đông
- 1 viên nước luộc rau củ
- 1 thìa cà phê bột thì là
- 1 thìa cà phê bột ớt đỏ
- 4 muỗng canh nước sốt spaghetti
- 2 thìa cà phê dầu hạt cải hoặc 2 thìa cà phê dầu thực vật khác

## HƯỚNG DẪN:

a) Đặt một cái chảo lớn trên lửa vừa. Đun nóng dầu trong đó. Xào hành tây với cà chua và ớt serrano trong 3 phút.

b) Khuấy gói gia vị và khối nước dùng Maggi. Khuấy rau, thì là và 1/2 C. nước. Nấu chúng trong 6 phút. Khuấy nước sốt spaghetti và nấu thêm 6 phút.

c) Chuẩn bị mì theo hướng dẫn trên bao bì. Trộn mì với hỗn hợp rau củ. Ăn nóng. Thưởng thức.

## 82. Salad Ramen Quan Thoai

## THÀNH PHẦN:
- 1 (16 oz.) gói hỗn hợp xà lách trộn
- 2 (3 oz.) gói mì ramen, vụn
- 1 chén hạnh nhân cắt lát
- 1 (11 oz.) lon quýt, để ráo nước
- 1 chén hạt hướng dương rang, bỏ vỏ
- 1 bó hành lá, xắt nhỏ
- 1/2 chén đường
- 3/4 C. dầu thực vật
- 1/3 C. dấm trắng
- 2 gói gia vị ramen gói

## HƯỚNG DẪN:

a) Lấy một tô trộn nhỏ: Cho giấm, gia vị ramen, dầu và đường vào đó để làm nước sốt.

b) Lấy một tô trộn lớn: Cho hỗn hợp xà lách trộn với mì, hạnh nhân, quýt, hạt hướng dương và hành tây vào đó.

c) Rưới nước sốt lên chúng và phủ chúng lên. Cho salad vào tủ lạnh khoảng 60 phút rồi thưởng thức. Thưởng thức.

## 83. Ramen với bắp cải và hạt hướng dương

## THÀNH PHẦN:
### RAMEN
- 16 oz. bắp cải thái nhỏ hoặc hỗn hợp xà lách trộn
- 2/3 chén hạt hướng dương
- 1/2 chén hạnh nhân thái lát
- 3 túi mì ramen ăn liền hương vị phương Đông, giòn, chưa chín, gói nhỏ
- 1 bó hành lá, xắt nhỏ

### GIẤM
- 1/2 chén dầu
- 3 muỗng canh giấm rượu vang đỏ
- 3 thìa đường
- 2 thìa cà phê hạt tiêu
- 3 gói gia vị từ mì ramen ăn liền hương vị phương Đông

## HƯỚNG DẪN:
a) Lấy một tô trộn lớn: Cho nguyên liệu salad vào đó.
b) Lấy một cái bát trộn nhỏ: Cho các nguyên liệu làm váy vào trộn đều.
c) Rưới nước sốt lên món salad và phủ chúng lên trên. Phục vụ nó ngay lập tức.
d) Thưởng thức.

## 84. Salad Kem Hạt Và Mỳ

## THÀNH PHẦN:

- 1 gói mì ramen
- 1 chén cần tây thái hạt lựu
- 1 (8 oz.) lon hạt dẻ nước thái lát, để ráo nước
- 1 chén hành đỏ xắt nhỏ
- 1 chén ớt xanh thái hạt lựu
- 1 chén đậu Hà Lan
- 1 cốc sốt mayonaise

## HƯỚNG DẪN:

a) Nghiền mì thành 4 miếng. Chuẩn bị chúng theo hướng dẫn trên bao bì.

b) Lấy một tô trộn lớn: Xả mì và trộn với cần tây, hạt dẻ nước, hành tây, hạt tiêu và đậu Hà Lan vào.

c) Lấy một tô trộn nhỏ: Đánh đều sốt mayo nnaise cùng 3 gói gia vị vào đó. Thêm chúng vào món salad và trộn chúng lên trên.

d) Đặt salad vào tủ lạnh từ 1 đến 2 giờ rồi thưởng thức.

## 85. Salad gừng mè lấy cảm hứng từ Nhật Bản

**THÀNH PHẦN:**
- 6 chén salad trộn (rau diếp, rau bina, rau arugula)
- 1 quả dưa chuột, thái lát mỏng
- 1 củ cà rốt, thái hạt lựu
- 1 cốc cà chua bi, giảm một nửa
- 2 muỗng canh hạt vừng

**CÁCH ĂN MẶC:**
- 3 muỗng canh nước tương
- 2 muỗng canh giấm gạo
- 1 muỗng canh si-rô phong
- 1 muỗng canh dầu mè
- 1 thìa cà phê gừng xay

**HƯỚNG DẪN:**

a) Trong một tô lớn, trộn rau xà lách, dưa chuột, cà rốt và cà chua bi.

b) Trong một bát nhỏ, trộn đều các nguyên liệu làm nước sốt.

c) Rưới nước sốt lên món salad, trộn đều.

d) Rắc hạt vừng lên trên trước khi dùng.

## 86. Salad rau củ nướng tráng men Miso

## THÀNH PHẦN:

- 4 chén rau củ nướng hỗn hợp (khoai lang, ớt chuông, bí xanh)
- 1 chén quinoa, nấu chín
- 1/4 chén hạnh nhân thái lát
- 1/4 chén ngò tươi xắt nhỏ

Cách ăn mặc:
- 2 muỗng canh miso trắng
- 2 muỗng canh giấm gạo
- 1 muỗng canh nước tương
- 1 muỗng canh si-rô phong
- 1 muỗng canh dầu mè

## HƯỚNG DẪN:

a) Kết hợp rau nướng và quinoa trong một tô lớn.
b) Trong một tô nhỏ, trộn đều hỗn hợp miso, giấm gạo, nước tương, xirô phong và dầu mè để làm nước sốt.
c) Đổ nước sốt lên rau và quinoa, trộn đều.
d) Trang trí với hạnh nhân thái lát và ngò trước khi dùng.

## 87. Gỏi Đậu Xanh Và Bơ

## THÀNH PHẦN:
- 2 chén đậu xanh nấu chín
- 1 quả bơ, thái hạt lựu
- 1 cốc cà chua bi, giảm một nửa
- 1/2 củ hành đỏ, thái nhỏ
- 1/4 chén mùi tây tươi xắt nhỏ

## CÁCH ĂN MẶC:
- 3 muỗng canh dầu ô liu
- 2 thìa nước cốt chanh
- 1 tép tỏi, băm nhỏ
- Muối và hạt tiêu cho vừa ăn

## HƯỚNG DẪN:
a) Trong một tô lớn, trộn đậu xanh, bơ, cà chua bi, hành tím và rau mùi tây.

b) Trong một bát nhỏ, trộn đều dầu ô liu, nước cốt chanh, tỏi băm, muối và hạt tiêu.

c) Đổ nước sốt lên trên món salad và trộn nhẹ nhàng để trộn đều.

## 88. Bát Sushi Đậu Hủ Chiên Giòn

## THÀNH PHẦN:
- 4 chén cơm Sushi truyền thống đã được chuẩn bị sẵn
- Đậu phụ cứng 6 ounce, cắt thành lát dày
- 2 muỗng canh tinh bột khoai tây hoặc bột bắp
- 1 lòng trắng trứng lớn, trộn với 1 muỗng cà phê nước
- ½ chén vụn bánh mì
- 1 muỗng cà phê dầu mè đen
- 1 muỗng cà phê dầu ăn
- ½ muỗng cà phê muối
- Một củ cà rốt, cắt thành 4 que diêm
- ½ quả bơ, cắt thành lát mỏng
- 4 muỗng canh hạt ngô, nấu chín
- 4 thìa cà phê hành lá băm nhỏ, chỉ lấy phần xanh
- 1 nori, cắt thành dải mỏng

## HƯỚNG DẪN:
a) Chuẩn bị cơm Sushi.
b) Kẹp các lát bánh vào giữa các lớp khăn giấy hoặc khăn lau bát đĩa sạch rồi đặt một chiếc tô nặng lên trên.
c) Để các lát đậu phụ ráo nước trong ít nhất 10 phút.
d) Làm nóng lò nướng của bạn đến 375°F.
e) Nhúng các lát đậu phụ đã ráo nước vào tinh bột khoai tây.
f) Đặt các lát vào hỗn hợp lòng trắng trứng và lật chúng thành lớp phủ.
g) Trộn panko, dầu mè đen, muối và dầu ăn với nhau trong tô vừa.
h) Ấn nhẹ một ít hỗn hợp panko lên từng lát đậu phụ.
i) Đặt các lát lên khay nướng có phủ giấy da.

j) Nướng trong 10 phút, sau đó lật các lát lại.
k) Nướng thêm 10 phút nữa hoặc cho đến khi lớp phủ panko giòn và có màu vàng nâu.
l) Lấy các lát ra khỏi lò và để chúng nguội một chút.
m) Tập hợp 4 bát phục vụ nhỏ. Làm ướt đầu ngón tay trước khi thêm $\frac{3}{4}$ chén Cơm Sushi vào mỗi bát.
n) Nhẹ nhàng dàn phẳng bề mặt cơm trong mỗi tô. Chia các lát đậu phụ panko vào 4 bát.
o) Thêm $\frac{1}{4}$ que diêm cà rốt vào mỗi bát.
p) Đặt $\frac{1}{4}$ lát bơ vào mỗi bát. Đổ 1 muỗng canh hạt ngô lên trên mỗi bát.
q) Để phục vụ, rắc $\frac{1}{4}$ dải nori lên mỗi bát. Ăn kèm với nước tương ngọt hoặc nước tương.

# món tráng miệng

89. Shochu chanh Nhật Bản

## THÀNH PHẦN:
- 20ml nước cốt chanh tươi
- shochu 20ml
- 40ml nước ngọt
- Vắt chanh và chanh để trang trí

## HƯỚNG DẪN:
a) Trong một bình lắc cocktail sạch, đổ tất cả lượng chứa vào và lắc đều để trộn
b) Thêm một số viên đá vào ly đã sẵn sàng và rót đồ uống vào từng ly
c) Ăn kèm với chanh và chanh

# 90. Bánh Mochi

## THÀNH PHẦN:
- 1 ½ cốc. Anko làm sẵn
- 11/2 cốc. Nước
- 1 cái ly. Katakuriko (tinh bột ngô)
- ½ cốc. đường
- 1 ¼ cốc. shiratama-ko (bột gạo)

## HƯỚNG DẪN:
a) Đun nóng ½ cốc. Nước. Thêm ½ cốc. Đường, đun sôi
b) Cho ½ lượng bột Anko vào. Khuấy đều để trộn
c) Thêm nhiều nước hơn nếu cảm thấy khô, khuấy đều cho đến khi tạo thành chất rắn. Để sang một bên cho nguội
d) Khi nguội, múc hỗn hợp và nặn thành 10 quả bóng nhỏ trở lên
e) Trộn phần đường còn lại và nước vào tô nhỏ, để riêng
f) Đổ bột gạo vào cái bát. Cẩn thận đổ hỗn hợp đường vào bột, khuấy đều để tạo thành bột
g) Đặt nó vào lò vi sóng và đun nóng trong 3 phút
h) Xịt một ít katakuriko lên bề mặt, lấy bột ra và đặt lên bệ đã rắc bột mì.
i) Nhào nhẹ nhàng, cắt thành từng quả bóng và làm phẳng từng quả bóng.
j) Đặt một quả bóng Anko vào từng miếng bột phẳng, lăn nó thành một quả bóng

## 91. Xiên trái cây Nhật Bản

## THÀNH PHẦN:

- 2 cốc. Quả dâu. DE đã tách vỏ và bỏ phần đầu
- 12 quả ô liu xanh
- 2 cốc. Dứa miếng hoặc 1 lon dứa
- 2 cốc. Kiwi cắt lát
- 2 cốc. Dâu đen
- 2 cốc. Quả việt quất
- 9 xiên hoặc tăm

## HƯỚNG DẪN:

a) Xả bớt chất lỏng dư thừa từ trái cây và cố định chúng vào xiên

b) Xếp xiên nhồi vào khay và để trong tủ lạnh trong 1 giờ

c) Xóa và phục vụ khi sẵn sàng

## 92. Salsa trái cây thạch

## THÀNH PHẦN:
- 1 gậy. Thạch Kanten (thạch trái cây)
- 1 lon nhỏ. đoạn tiếng phổ thông
- 40g shiratama-ko (bột gạo)
- 3 thìa đậu đỏ làm sẵn
- 10kg. đường
- 1 cái ly. Các loại trái cây hỗn hợp như kiwi, dâu tây, v.v.

## HƯỚNG DẪN:
a) Cho thạch Kanten vào nước lạnh, ngâm cho mềm
b) Đun sôi 250ml nước, vớt Kanten mềm ra khỏi nước rồi cho vào nước sôi. Thêm đường vào và đun sôi cho đến khi Kanten tan hết. Đổ vào tô, để nguội rồi cho vào ngăn đá tủ lạnh dùng dần
c) Đổ shiratama-ko vào tô, thêm một ít nước và khuấy đều để tạo thành bột. Cuộn nó và cắt thành quả bóng
d) Đun sôi một nồi nước lớn khác, cho các viên shiratama-ko vào khi nước sôi và nấu cho đến khi các viên shiratama-ko nổi lên trên mặt nước sôi.
e) Đặt các loại trái cây đã cắt vào tô, thêm các viên shiratama-ko đã làm sẵn, múc một phần đậu đỏ, quýt, cắt bộ Kanten thành khối vuông rồi cho vào tô.
f) Rưới xi-rô quýt hoặc nước tương nếu có và phục vụ

## 93. Kinako Dango

## THÀNH PHẦN:

- Kinako, nửa cốc
- Đường cát, hai muỗng canh
- Nước lạnh, nửa cốc
- Bột Dango, một cốc
- Muối kosher, nửa thìa cà phê

## HƯỚNG DẪN:

a) Cho bột Dango và nước vào tô trộn. Trộn đều cho đến khi kết hợp tốt.
b) Lấy một ít bột và tạo thành một quả bóng.
c) Đặt nó lên đĩa và lặp lại cho đến khi hết bột.
d) Đặt một bát nước lạnh sang một bên.
e) Cho những viên dango vào nước sôi và đun cho đến khi nổi lên trên.
f) Xả và thêm vào nước lạnh. Để trong vài phút cho đến khi chúng nguội và ráo nước.
g) Trong một tô trộn khác, thêm kinako, đường và muối vào rồi trộn đều.
h) Đặt một nửa hỗn hợp kinako vào tô phục vụ, thêm các viên dango và phủ kinako còn sót lại lên trên.
i) Bữa ăn của bạn đã sẵn sàng để được phục vụ.

## 94. Dorayaki Hokkaido

## THÀNH PHẦN:
- Mật ong, hai muỗng canh
- Trứng, hai
- Đường, một cốc
- Bột mì, một cốc
- Bột nở, một thìa cà phê
- Bột đậu đỏ, nửa cốc

## HƯỚNG DẪN:
a) Tập hợp tất cả các thành phần.
b) Trong một tô lớn, trộn trứng, đường và mật ong rồi đánh đều cho đến khi hỗn hợp trở nên mịn.
c) Rây bột mì và bột nở vào tô rồi trộn đều.
d) Bột bây giờ sẽ mịn hơn một chút.
e) Đun nóng chảo chống dính lớn trên lửa vừa và nhỏ. Tốt nhất là bạn nên dành thời gian và đun nóng từ từ.
f) Khi bạn thấy bề mặt bột bắt đầu nổi bong bóng thì lật mặt bột lại và chiên mặt còn lại.
g) Cho nhân đậu đỏ vào giữa.
h) Bọc dorayaki bằng màng bọc thực phẩm cho đến khi sẵn sàng phục vụ.

## 95. Kem Matcha

## THÀNH PHẦN:
- Bột Matcha, ba muỗng canh
- 2 cốc Nửa rưỡi làm từ thực vật,
- Muối Kosher, một nhúm
- Đường, nửa cốc

## HƯỚNG DẪN:
a) Trong một cái chảo vừa, trộn nửa rưỡi, đường và muối với nhau.
b) Bắt đầu nấu hỗn hợp trên lửa vừa và thêm bột trà xanh.
c) Tắt bếp và chuyển hỗn hợp vào tô đặt trong bồn nước đá. Khi hỗn hợp nguội, bọc lại bằng màng bọc thực phẩm và cho vào tủ lạnh.
d) Món ăn của bạn đã sẵn sàng để được phục vụ.

## 96. Hokkaido Zenzai

## THÀNH PHẦN:
- Mochi, một cốc
- Đậu đỏ, một cốc
- Đường, ba muỗng canh

## HƯỚNG DẪN:
a) Cho đậu đỏ và năm cốc nước vào nồi.
b) Đun sôi và nấu trong năm phút, sau đó lọc đậu và đổ bỏ nước đã nấu chín.
c) Bây giờ, hãy để ráo đậu, giữ lại lượng nước đã nấu chín.
d) Cho đậu đã ráo nước vào nồi, thêm đường và nấu trên lửa vừa trong mười phút, khuấy liên tục.
e) Sau đó, đổ nước luộc đậu vào, nêm đường rồi khuấy đều trên lửa nhỏ.
f) Nướng mochi trên vỉ nướng hoặc trong lò nướng bánh mì cho đến khi chúng nở ra và hơi nâu.
g) Cho mochi vào tô và phủ một muỗng súp đậu lên trên.

## 97. Thạch cà phê Nhật Bản

## THÀNH PHẦN:

- 470 ml cà phê đậm đặc, nóng
- 1 gói bột gelatin
- 60 g đường
- 100ml kem
- 2 thìa đường

## HƯỚNG DẪN:

a) Đầu tiên, khuấy bột gelatin với 4 thìa cà phê nước và để nở trong 10 phút.
b) Thêm đường vào cà phê và khuấy đều cho đến khi đường tan. Để cà phê nguội.
c) Đổ cà phê vào đĩa phẳng (cao khoảng 2 cm) và cho vào tủ lạnh trong 6 giờ.
d) Đánh kem với 2 thìa đường.
e) Lấy khuôn ra khỏi tủ lạnh và cắt mọi thứ thành khối lớn. Ăn kèm với kem.

## 98. Matcha Tiramisu

## THÀNH PHẦN:
- 1 chén hạt điều, ngâm
- 1/4 cốc si-rô phong
- 1 muỗng cà phê chiết xuất vani
- 1 thìa bột matcha
- 1 cốc trà xanh pha đặc, để nguội
- Ngón tay phụ nữ
- Bột ca cao để quét bụi

## HƯỚNG DẪN:
a) Trộn hạt điều đã ngâm, xirô phong, chiết xuất vani và bột matcha cho đến khi mịn.
b) Nhúng bánh ladyfingers vào trà xanh và xếp chúng dưới đáy đĩa.
c) Rải một lớp hỗn hợp hạt điều-matcha lên bánh ladyfingers.
d) Lặp lại các lớp và kết thúc bằng một lớp bột ca cao.
e) Làm lạnh trong vài giờ trước khi phục vụ.

## 99. Mochi Kinako Warabi

## THÀNH PHẦN:
- 1 cốc bột mochi warabi
- 2 cốc nước
- 1/2 chén kinako (bột đậu nành rang)
- 1/4 cốc đường
- Kuromitsu (xi-rô đường nâu Nhật Bản)

## HƯỚNG DẪN:
a) Trộn bột warabi mochi và nước trong nồi.
b) Nấu trên lửa vừa, khuấy liên tục cho đến khi đặc lại.
c) Đổ vào khuôn và để lạnh cho đến khi đông lại.
d) Cắt thành từng miếng vừa ăn và phủ hỗn hợp kinako và đường.
e) Rắc kuromitsu trước khi dùng.

## 100. Kem Yuzu Hokkaido

## THÀNH PHẦN:
- 1 cốc nước ép yuzu
- 1 ly nước
- 1/2 chén đường
- Zest của 1 yuzu (tùy chọn)

## HƯỚNG DẪN:
a) Trong một cái chảo, trộn nước ép yuzu, nước và đường.
b) Đun trên lửa vừa, khuấy đều cho đến khi đường tan.
c) Tắt bếp, thêm vỏ yuzu nếu sử dụng và để nguội.
d) Đổ hỗn hợp vào máy làm kem và khuấy theo hướng dẫn của nhà sản xuất.
e) Đông lạnh cho đến khi cứng và phục vụ.

# PHẦN KẾT LUẬN

Khi kết thúc hành trình ẩm thực qua những căn bếp hiện đại của Hokkaido, chúng tôi hy vọng rằng "Nhà bếp hiện đại Hokkaido" đã mang lại cho bạn cảm hứng, niềm vui và khao khát nhiều hơn nữa. Với 100 công thức nấu ăn thể hiện những món ăn ngon nhất của Hokkaido, bạn đã trải nghiệm những hương vị sống động và truyền thống phong phú đã tạo nên nét đặc trưng của hòn đảo cực bắc Nhật Bản này.

Từ những món ăn cổ điển hấp dẫn đến những sáng tạo đương đại, mỗi món ăn trong cuốn sách nấu ăn này kể một câu chuyện về di sản ẩm thực độc đáo của Hokkaido cũng như tinh thần đổi mới của các đầu bếp và đầu bếp tại gia. Cho dù bạn thích thưởng thức những bát mì miso ramen thơm ngon, thưởng thức hương vị tinh tế của hải sản tươi sống hay thích thú với vị ngọt của các sản phẩm từ sữa Hokkaido, chúng tôi tin rằng bạn đã tận hưởng từng khoảnh khắc trong chuyến phiêu lưu ẩm thực Hokkaido của mình.

Khi bạn tiếp tục khám phá căn bếp hiện đại của Hokkaido, chúng tôi khuyến khích bạn phát huy khả năng sáng tạo của mình. Cho dù bạn đang thử nghiệm các nguyên liệu mới, thử sức với các công thức nấu ăn truyền thống hay chia sẻ hương vị của Hokkaido với bạn bè và gia đình, cầu mong hành trình ẩm thực của bạn cũng phong phú và bổ ích như chính hương vị của Hokkaido.

Cảm ơn bạn đã tham gia cùng chúng tôi trong cuộc phiêu lưu thú vị này. Chúng tôi hy vọng rằng "Nhà bếp hiện đại Hokkaido" sẽ trở thành người bạn đồng hành đáng trân trọng trong căn bếp của bạn, truyền cảm hứng cho nhiều món ăn ngon hơn trong nhiều năm tới. Cho đến khi chúng ta gặp lại nhau, chúc bữa ăn của bạn tràn ngập sự ấm áp, hương vị và tinh thần của Hokkaido. Nấu ăn vui vẻ!

www.ingramcontent.com/pod-product-compliance
Lightning Source LLC
Chambersburg PA
CBHW070354120526
44590CB00014B/1134